Thriving Together Nurturing Social and Emotional Skills for All Ages

సాంఘిక మరియు భావోద్వేగ నైపుణ్యాల పెంపకం ద్వారా సమష్టిగా పుష్పించడం

Anika Krishnan

Copyright © [2023]

Title: Thriving Together Nurturing Social and Emotional Skills for All Ages

Author's: Anika Krishnan

All rights reserved. No part of this publication may be reproduced, stored in a retrieval system, or transmitted in any form or by any means, electronic, mechanical, photocopying, recording, or otherwise, without the prior written permission of the publisher or author, except in the case of brief quotations embodied in critical reviews and certain other non-commercial uses permitted by copyright law.

This book was printed and published by [Publisher's: **Anika Krishnan**] in [2023]

ISBN:

TABLE OF CONTENT

Chapter 1: Foundations of Thriving Together   11

Defining social and emotional skills (SEL) and their importance across the lifespan.

Brain development and how SEL skills support well-being.

Benefits of thriving together: personal, professional, and societal.

Chapter 2: Early Years (0-5): Building the Bedrock   17

Fostering emotional intelligence in infants and toddlers.

Attachment theory and building secure relationships.

Play, exploration, and developing self-awareness.

Communication and building strong language skills.

Managing early emotions and tantrums.

Chapter 3: Childhood (6-12): Learning to Connect and Navigate 27

- Developing empathy, compassion, and conflict resolution skills.
- Building friendships and navigating social groups.
- Positive self-esteem and self-confidence.
- Dealing with bullying and peer pressure.
- Managing stress and anxiety in childhood.

Chapter 4: Adolescence (13-19): Finding Identity and Independence 37

- Identity formation and navigating social change.
- Emotional regulation and coping with strong feelings.
- Healthy communication in romantic relationships.
- Academic pressure and managing stress.
- Building resilience and coping with challenges.

Chapter 5: Adulthood (20-45): Building Meaningful Connections 47

Maintaining healthy relationships and navigating life transitions.

Effective communication and conflict resolution in adulthood.

Work-life balance and managing stress.

Emotional intelligence in leadership and teamwork.

Cultivating gratitude and building resilience.

Chapter 6: Middle Age (46-65): Redefining Purpose and Prioritizing Well-being 57

Finding meaning and purpose in midlife.

Supporting aging parents and navigating intergenerational relationships.

Managing physical and mental health changes.

Building strong communities and social networks.

Embracing personal growth and lifelong learning.

Chapter 7: Later Years (65+): Wisdom and Connection in a New Chapter   67

- Maintaining social connections and combatting loneliness.
- Finding purpose and joy in later life.
- Managing chronic health conditions and emotional well-being.
- Grandparenthood and intergenerational relationships.
- Leaving a legacy and living a meaningful life.

Chapter 8: Thriving Together in Action   77

- Practical tips and strategies for nurturing SEL skills at all ages.
- Resources and tools for individuals, families, and communities.
- Building a culture of SEL in schools, workplaces, and beyond.
- Creating a thriving world through connectedness and empathy.

విషయ సూచిక

అధ్యాయం 1: కలిసి వృద్ధి చెందడానికి పునాదులు:

సామాజిక మరియు భావోద్వేగ నైపుణ్యాలు (SEL) మరియు వాటి జీవితకాల ప్రాముఖ్యతను నిర్వచించడం.

మెదడు పరిణామం మరియు SEL నైపుణ్యాలు ఎలా మనస్సు సుఖసంపత్తాను పెంచుతాయి.

కలిసి వృద్ధి చెందడం యొక్క ప్రయోజనాలు: వ్యక్తిగత, వృత్తిపరమైన మరియు సాంఘిక.

అధ్యాయం 2: బాల్యం (0-5): బలమైన పునాది నిర్మాణం:

శిశువులు మరియు పిల్లలలో భావోద్వేగ తెలివితేటలను పెంపొందించడం.

బంధం సిద్ధాంతం మరియు దృఢమైన సంబంధాల నిర్మాణం.

ఆట, అన్వేషణ మరియు స్వీయ-అవగాహన అభివృద్ధి.

కమ్యూనికేషన్ మరియు బలమైన భాషా నైపుణ్యాలను పెంపొందించడం.

ప్రారంభ భావోద్వేగాలను మరియు కోపాలను నిర్వహించడం.

అధ్యాయం 3: బాల్యం (6-12): కనెక్ట్ అవ్వడం మరియు నావిగేట్ చేయడం నేర్చుకోవడం:

- సానుభూతి, కరుణ, మరియు ఘర్షణ పరిష్కార నైపుణ్యాలను అభివృద్ధి చేయడం.
- స్నేహాలను పెంపొందించడం మరియు సామాజిక సమూహాల మధ్య నావిగేట్ చేయడం.
- సానుభూతిగల స్వీయ-గౌరవం మరియు ఆత్మవిశ్వాసం.
- బెదిరింపు మరియు సహచరుల ఒత్తిడిని ఎదుర్కోవడం.
- బాల్యంలో ఒత్తిడి మరియు ఆందోళనను నిర్వహించడం.

అధ్యాయం 4: కౌమారదశ (13-19): గుర్తింపు మరియు స్వాతంత్ర్యాన్ని కనుగొనడం:

- గుర్తింపు ఏర్పాటు మరియు సామాజిక మార్పులను నావిగేట్ చేయడం.
- భావోద్వేగ నియంత్రణ మరియు బలమైన భావాలతో వ్యవహరించడం.
- ప్రేమ సంబంధాలలో ఆరోగ్యకరమైన కమ్యూనికేషన్.
- విద్యాపరమైన ఒత్తిడి మరియు ఒత్తిడిని నిర్వహించడం.
- పట్టుదలను పెంపొందించడం మరియు సవాళ్లను ఎదుర్కోవడం.

అధ్యాయం 5: యౌవనం (20-45): అర్ధవంతమైన సంబంధాల నిర్మాణం:

- ఆరోగ్యకరమైన సంబంధాలను నిర్వహించడం మరియు జీవిత మార్పులను నావిగేట్ చేయడం.
- యౌవనంలో పరిణామకరమైన కమ్యూనికేషన్ మరియు ఘర్షణ పరిష్కారం.
- పని-జీవిత సమతుల్యత మరియు ఒత్తిడి నిర్వహణ.
- నాయకత్వం మరియు సహకారంలో భావోద్వేగ తెలివితేట.
- కృతజ్ఞతను పెంపొందించడం మరియు పట్టుదలను పెంచడం.

అధ్యాయం 6: మధ్య వయస్సు (46-65): లక్ష్యం పునర్నిర్వచనం మరియు మనస్సు సుఖసంపత్తాకు ప్రాధాన్యత:

- మధ్య వయస్సులో అర్థం మరియు లక్ష్యాన్ని కనుగొనడం.
- వృద్ధులైన తల్లిదండ్రులకు మద్దతు ఇవ్వడం మరియు అంతర్-తరాల సంబంధాలను నావిగేట్ చేయడం.
- శారీరక మరియు మానసిక ఆరోగ్య మార్పులను నిర్వహించడం.
- బలమైన సమాజాలు మరియు సామాజిక నెట్‌వర్క్‌లను నిర్మించడం.
- వ్యక్తిగత వృద్ధి మరియు జీవితకాల అభ్యాసాన్ని స్వీకరించడం.

అధ్యాయం 7: తరువాత సంవత్సరాలు (65+): కొత్త అధ్యాయంలో జ్ఞానం మరియు కనెక్షన్:

- సామాజిక సంబంధాలను నిర్వహించడం మరియు ఒంటరితనం ఎదుర్కోవడం.
- తరువాత జీవితంలో లక్ష్యం మరియు ఆనందాన్ని కనుగొనడం.
- దీర్ఘకాలిక ఆరోగ్య పరిస్థితులు మరియు భావోద్వేగ మనస్సు సుఖసంపత్తాను నిర్వహించడం.
- మనుమలతనం మరియు అంతర్-తరాల సంబంధాలు.
- ఒక వారసత్వం వదిలిపెట్టడం మరియు అర్థవంతమైన జీవితాన్ని గడపడం.

అధ్యాయం 8: కలిసి వృద్ధి చెందడం చర్యలో:

- అన్ని వయస్సుల వారిలో SEL నైపుణ్యాలను పెంపొందించడానికి ఆచరణాత్మక చిట్కాలు మరియు వ్యూహాలు.
- వ్యక్తులు, కుటుంబాలు మరియు సమాజాల కోసం వనరులు మరియు సాధనాలు.
- పాఠశాలలు, పని ప్రదేశాలు మరియు అంతకు మించి SEL సంస్కృతిని నిర్మించడం.
- కనెక్షన్ మరియు సానుభూతి ద్వారా వృద్ధి చెందే ప్రపంచాన్ని సృష్టించడం.

Chapter 1: Foundations of Thriving Together

అధ్యాయం 1: కలిసి వృద్ధి చెందడానికి పునాదులు

సామాజిక మరియు భావోద్వేగ నైపుణ్యాలు (SEL) మరియు వాటి జీవితకాల ప్రాముఖ్యత

సామాజిక మరియు భావోద్వేగ నైపుణ్యాలు (SEL) అనేవి మనం ఇతరులతో సంబంధాలు పెట్టుకునే మరియు మన భావోద్వేగాలను నిర్వహించే మార్గాన్ని ప్రభావితం చేసే నైపుణ్యాలు. అవి మన జీవితంలోని అన్ని అంశాలలో విజయం సాధించడానికి ముఖ్యమైనవి.

SEL నైపుణ్యాలలో కొన్ని:

స్వీయ-అవగాహన: మన భావాలు, ఆలోచనలు మరియు నమ్మకాలను తెలుసుకోవడం.

స్వీయ-నియంత్రణ: మన భావోద్వేగాలను నిర్వహించడం మరియు మన ప్రవర్తనను నియంత్రించడం.

సామాజిక నైపుణ్యాలు: ఇతరులతో సంబంధాలు పెట్టుకోవడం మరియు సహకారం చేయడం.

సామాజిక న్యాయం: ఇతరుల భావాలు మరియు అవసరాలను గౌరవించడం.

SEL నైపుణ్యాలు మనకు కింది వాటిలో సహాయపడతాయి:

- మన స్వంత ఆరోగ్యం మరియు శ్రేయస్సును పెంచుకోండి. SEL నైపుణ్యాలు మనకు మన భావోద్వేగాలను నిర్వహించడంలో సహాయపడతాయి, ఇది మానసిక ఆరోగ్యం మరియు శ్రేయస్సును మెరుగుపరచడంలో సహాయపడుతుంది.

- ఇతరులతో బలమైన సంబంధాలను పెంచుకోండి. SEL నైపుణ్యాలు మనకు ఇతరులతో సంబంధాలు పెట్టుకోవడంలో మరియు సహకారం చేయడంలో సహాయపడతాయి, ఇది మన జీవితంలో ఆనందం మరియు అర్థాన్ని కనుగొనడంలో సహాయపడుతుంది.

- విద్య మరియు ఉద్యోగంలో విజయం సాధించండి. SEL నైపుణ్యాలు మనకు సమస్యలను పరిష్కరించడంలో, సృజనాత్మకంగా ఆలోచించడంలో మరియు సమర్థవంతంగా సహకరించడంలో సహాయపడతాయి, ఇది విద్య మరియు ఉద్యోగంలో విజయం సాధించడానికి ముఖ్యమైనవి.

SEL నైపుణ్యాలు జీవితంలోని అన్ని అంశాలలో విజయం సాధించడానికి ముఖ్యమైనవి. అవి మనకు మన స్వంత ఆరోగ్యం మరియు శ్రేయస్సును పెంచుకోవడంలో, ఇతరులతో బలమైన సంబంధాలను పెంచుకోవడంలో మరియు విద్య మరియు ఉద్యోగంలో విజయం సాధించడంలో సహాయపడతాయి.

మెదడు పరిణామం మరియు SEL నైపుణ్యాలు ఎలా మనస్సు సుఖసంపత్తాను పెంచుతాయి

మనస్సు సుఖసంపద అనేది మన జీవితంలో ఆనందం, శాంతి మరియు సంతృప్తిని అనుభవించే మన సామర్థ్యం. ఇది మన మానసిక, భావోద్వేగ మరియు సామాజిక ఆరోగ్యంతో సంబంధం కలిగి ఉంటుంది.

మెదడు పరిణామం మరియు SEL నైపుణ్యాలు మనస్సు సుఖసంపత్తాను పెంచడంలో ముఖ్యమైన పాత్ర పోషిస్తాయి.

మెదడు పరిణామం

మన మెదడు జీవితంలోని అనుభవాల ద్వారా క్రమంగా అభివృద్ధి చెందుతుంది. మనం ఆనందించే అనుభవాలు మన మెదడులోని ఆనంద కేంద్రాలను ప్రేరేపిస్తాయి. ఈ కేంద్రాలు న్యూరోట్రాన్స్మిటర్‌లను విడుదల చేస్తాయి, ఇవి మనకు ఆనందం మరియు సంతృప్తిని అనుభవించేలా చేస్తాయి.

SEL నైపుణ్యాలు కూడా మెదడు పరిణామాన్ని ప్రభావితం చేస్తాయి. SEL నైపుణ్యాలను అభివృద్ధి చేసే వ్యక్తులు మరింత ఆరోగ్యకరమైన మెదడు కణజాలాన్ని కలిగి ఉంటారు. ఈ కణజాలం మనకు భావోద్వేగాలను నిర్వహించడం, ఇతరులతో బలమైన సంబంధాలను పెట్టుకోవడం మరియు సమస్యలను పరిష్కరించడం సులభం చేస్తుంది.

SEL నైపుణ్యాలు

SEL నైపుణ్యాలు అనేవి మనం ఇతరులతో సంబంధాలు పెట్టుకునే మరియు మన భావోద్వేగాలను నిర్వహించే మార్గాన్ని ప్రభావితం చేసే నైపుణ్యాలు. అవి మన జీవితంలోని అన్ని అంశాలలో విజయం సాధించడానికి ముఖ్యమైనవి.

SEL నైపుణ్యాలలో కొన్ని:

- స్వీయ-అవగాహన: మన భావాలు, ఆలోచనలు మరియు నమ్మకాలను తెలుసుకోవడం.
- స్వీయ-నియంత్రణ: మన భావోద్వేగాలను నిర్వహించడం మరియు మన ప్రవర్తనను నియంత్రించడం.
- సామాజిక నైపుణ్యాలు: ఇతరులతో సంబంధాలు పెట్టుకోవడం మరియు సహకారం చేయడం.
- సామాజిక న్యాయం: ఇతరుల భావాలు మరియు అవసరాలను గౌరవించడం.

SEL నైపుణ్యాలు మనస్సు సుఖసంపత్తాను పెంచడానికి అనేక మార్గాల్లో సహాయపడతాయి. అవి:

- మన భావోద్వేగాలను నిర్వహించడంలో సహాయపడతాయి. SEL నైపుణ్యాలను అభివృద్ధి చేసిన వ్యక్తులు తమ భావోద్వేగాలను మరింత సమర్థవంతంగా నిర్వహించగలరు.

కలిసి వృద్ధి చెందడం యొక్క ప్రయోజనాలు: వ్యక్తిగత, వృత్తిపరమైన మరియు సాంఘిక

కలిసి వృద్ధి చెందడం అనేది ఒకరితో ఒకరు నేర్చుకోవడం మరియు పెరగడం. ఇది వ్యక్తిగత, వృత్తిపరమైన మరియు సాంఘిక జీవితంలో అనేక ప్రయోజనాలను కలిగి ఉంటుంది.

వ్యక్తిగత ప్రయోజనాలు

కలిసి వృద్ధి చెందడం వ్యక్తిగత పెరుగుదలకు అనేక మార్గాల్లో సహాయపడుతుంది. ఇది:

మన భావోద్వేగాలను నిర్వహించడంలో మనకు సహాయపడుతుంది. మనం ఇతరులతో మన భావాలను పంచుకున్నప్పుడు, మనం వాటిని మరింత బాగా అర్థం చేసుకోవడానికి మరియు నిర్వహించడానికి సహాయపడుతుంది.

మన స్వీయ-అవగాహనను పెంచుతుంది. మనం ఇతరులతో మన అభిప్రాయాలు మరియు నమ్మకాలను పంచుకున్నప్పుడు, మనం మన స్వంత ఆలోచనలు మరియు విలువలను మరింత బాగా అర్థం చేసుకోవడానికి సహాయపడుతుంది.

మన సంబంధాలను బలోపేతం చేస్తుంది. మనం ఇతరులతో సన్నిహితంగా ఉన్నప్పుడు, మనం వారి నుండి మరింత మద్దతు మరియు ప్రేమను పొందుతాము.

వృత్తిపరమైన ప్రయోజనాలు

కలిసి వృద్ధి చెందడం వృత్తిపరమైన పెరుగుదలకు అనేక మార్గాల్లో సహాయపడుతుంది. ఇది:

- మన నైపుణ్యాలు మరియు జ్ఞానాన్ని మెరుగుపరుస్తుంది. మనం ఇతరులతో పనిచేస్తున్నప్పుడు, మనం కొత్త విషయాలను నేర్చుకుంటాము మరియు మన నైపుణ్యాలను మెరుగుపరుచుకుంటాము.

- మన సృజనాత్మకతను పెంచుతుంది. మనం ఇతరులతో కలిసి పనిచేస్తున్నప్పుడు, మనం కొత్త ఆలోచనలు మరియు పరిష్కారాలను రూపొందించడానికి మరింత సహాయపడుతుంది.

- మన సహకార నైపుణ్యాలను మెరుగుపరుస్తుంది. మనం ఇతరులతో కలిసి పనిచేస్తున్నప్పుడు, మనం సమస్యలను పరిష్కరించడానికి మరియు లక్ష్యాలను సాధించడానికి సహకరించడం నేర్చుకుంటాము.

సాంఘిక ప్రయోజనాలు

కలిసి వృద్ధి చెందడం సాంఘిక పెరుగుదలకు అనేక మార్గాల్లో సహాయపడుతుంది. ఇది:

- మాకు మద్దతు మరియు భద్రతను అందిస్తుంది. మనం ఇతరులతో కలిసి ఉన్నప్పుడు, మనం మద్దతు మరియు భద్రతను అనుభవిస్తాము.

Chapter 2: Early Years (0-5): Building the Bedrock

అధ్యాయం 2: బాల్యం (0-5): బలమైన పునాది నిర్మాణం

శిశువులు మరియు పిల్లలలో భావోద్వేగ తెలివితేటలను పెంపొందించడం

భావోద్వేగ తెలివితేటలు అనేవి మన భావోద్వేగాలను అర్థం చేసుకోవడం, నిర్వహించడం మరియు వాటిని సానుకూలమైన మార్గంలో వ్యక్తపరచడం. శిశువులు మరియు పిల్లలు భావోద్వేగ తెలివితేటలను అభివృద్ధి చేయడంలో సహాయం చేయడం చాలా ముఖ్యం, ఎందుకంటే ఇది వారి మానసిక మరియు శారీరక ఆరోగ్యం, సంబంధాలు మరియు విద్యలో విజయానికి ముఖ్యం.

శిశువులు మరియు పిల్లలలో భావోద్వేగ తెలివితేటలను పెంపొందించడంలో సహాయపడే కొన్ని మార్గాలు ఇక్కడ ఉన్నాయి:

మీ శిశువు లేదా పిల్లల భావోద్వేగాలను గుర్తించండి మరియు అంగీకరించండి. మీరు మీ శిశువు లేదా పిల్లల భావోద్వేగాలను ఎలా అర్థం చేసుకోవాలో మరియు అంగీకరించాలో తెలుసుకోవడం చాలా ముఖ్యం. మీరు వారి భావోద్వేగాలను గుర్తించినప్పుడు, వాటిని సానుకూలమైన మార్గంలో

అంగీకరించండి. ఉదాహరణకు, మీ శిశువు ఏడవుతుంటే, "నువ్వు బాధపడుతున్నావు" అని చెప్పండి.

- మీ శిశువు లేదా పిల్లలతో మీ భావోద్వేగాలను పంచుకోండి. మీరు మీ శిశువు లేదా పిల్లలతో మీ భావోద్వేగాలను ఎలా పంచుకోవాలో తెలుసుకోవడం చాలా ముఖ్యం. మీరు మీ భావోద్వేగాలను వారికి ఎలా అర్థం చేసుకోవాలో నేర్పడానికి ఇది సహాయపడుతుంది. ఉదాహరణకు, మీరు కోపంగా ఉన్నట్లయితే, "నేను ఇప్పుడు కోపంగా ఉన్నాను" అని చెప్పండి.

- మీ శిశువు లేదా పిల్లలకు భావోద్వేగాలను నిర్వహించడానికి నేర్పండి. మీ శిశువు లేదా పిల్లలకు భావోద్వేగాలను నిర్వహించడానికి నేర్పడం చాలా ముఖ్యం. ఇది వారి భావోద్వేగాలను సానుకూలమైన మార్గంలో వ్యక్తపరచడంలో సహాయపడుతుంది. ఉదాహరణకు, మీ శిశువు కోపంగా ఉన్నట్లయితే, వారు శ్వాస తీసుకోవడం, కండరాలను ఉపశమనం చేయడం లేదా భావోద్వేగాన్ని వ్యక్తపరచడానికి ఆరోగ్యకరమైన మార్గాన్ని కనుగొనడం వంటి విషయాలను చేయడంలో మీరు వారికి సహాయపడవచ్చు.

బంధం సిద్ధాంతం మరియు దృఢమైన సంబంధాల నిర్మాణం

బంధం సిద్ధాంతం అనేది ప్రియమైన వారితో మన సంబంధాలను వివరించే ఒక సిద్ధాంతం. ఈ సిద్ధాంతాన్ని మొదట జాన్ బోల్లబ్ 1969లో ప్రతిపాదించారు.

బంధం సిద్ధాంతం ప్రకారం, ప్రతి వ్యక్తి ఒక ప్రాథమిక అవసరాన్ని కలిగి ఉంటారు, అది ప్రియమైన వారితో సురక్షితమైన మరియు బలమైన సంబంధాన్ని కలిగి ఉండటం. ఈ అవసరాన్ని తీర్చడం వలన మనం ఆత్మవిశ్వాసం, భద్రత మరియు సంక్షోభాలను ఎదుర్కోవడానికి సామర్థ్యాన్ని పెంచుకుంటాము.

బంధం సిద్ధాంతం మూడు ప్రాథమిక రకాల బంధాలను గుర్తించింది:

సురక్షిత బంధం: ఈ రకమైన బంధంలో ఉన్న వ్యక్తులు ప్రియమైన వారితో సురక్షితంగా మరియు బలంగా భావిస్తారు. వారు తమ అవసరాలను తీర్చగలరని మరియు ప్రమాదంలో ఉన్నప్పుడు వారు భద్రంగా ఉంటారని వారు నమ్ముతారు.

అస్థిర-అభద్ర బంధం: ఈ రకమైన బంధంలో ఉన్న వ్యక్తులు ప్రియమైన వారితో సురక్షితంగా లేదా బలంగా భావించరు. వారు తమ అవసరాలు తీర్చబడవని లేదా ప్రమాదంలో ఉన్నప్పుడు వారు భద్రంగా ఉండరు అని వారు నమ్ముతారు.

అస్థిర-అతి స్వతంత్ర బంధం: ఈ రకమైన బంధంలో ఉన్న వ్యక్తులు ప్రియమైన వారితో సురక్షితంగా లేదా బలంగా భావించరు. వారు తమ అవసరాలు తీర్చబడవని మరియు

ప్రమాదంలో ఉన్నప్పుడు వారు భద్రంగా ఉండరు అని వారు నమ్ముతారు.

బంధం సిద్ధాంతం ప్రకారం, మన బాల్యంలో ఏర్పడిన బంధాలు మన జీవితంలోని అన్ని సంబంధాలను ప్రభావితం చేస్తాయి. సురక్షిత బంధంతో పెరిగిన వ్యక్తులు సాధారణంగా ఆరోగ్యకరమైన సంబంధాలను ఏర్పరచుకోవడానికి మరియు మానసిక మరియు శారీరక ఆరోగ్యాన్ని పొందడానికి మరింత అవకాశం ఉంది.

దృఢమైన సంబంధాల నిర్మాణం

దృఢమైన సంబంధాలు మన జీవితంలో అనేక ప్రయోజనాలను కలిగి ఉంటాయి. అవి మనకు ఆనందం, మద్దతు మరియు సంక్షోభాలను ఎదుర్కోవడానికి సామర్ధ్యాన్ని అందిస్తాయి.

ఆట, అన్వేషణ మరియు స్వీయ-అవగాహన అభివృద్ధి

ఆట, అన్వేషణ మరియు స్వీయ-అవగాహన అనేవి పిల్లల అభివృద్ధిలో ముఖ్యమైన అంశాలు. ఈ మూడు అంశాలు పిల్లల మానసిక, భావోద్వేగ మరియు సామాజిక అభివృద్ధికి దోహదం చేస్తాయి.

ఆట

ఆట అనేది పిల్లలకు ప్రపంచాన్ని అన్వేషించడానికి మరియు వారి సామర్థ్యాలను అన్వేషించడానికి ఒక సురక్షితమైన మరియు ఆనందదాయకమైన మార్గం. ఆటలో, పిల్లలు వారి ఊహలను ఉపయోగించి కొత్త విషయాలను నేర్చుకోవచ్చు, సమస్యలను పరిష్కరించడానికి నైపుణ్యాలను అభివృద్ధి చేయవచ్చు మరియు ఇతరులతో సంబంధాలు పెట్టుకోవడం నేర్చుకోవచ్చు.

ఆట పిల్లల స్వీయ-అవగాహన అభివృద్ధిలో కూడా ముఖ్యమైన పాత్ర పోషిస్తుంది. ఆటలో, పిల్లలు తమ బలాలు మరియు బలహీనతలను తెలుసుకోవచ్చు, తమ సామర్థ్యాలను అంచనా వేయవచ్చు మరియు వారి స్వంత అభిప్రాయాలు మరియు నమ్మకాలను అభివృద్ధి చేయవచ్చు.

అన్వేషణ

అన్వేషణ అనేది పిల్లలకు ప్రపంచాన్ని నేర్చుకోవడానికి మరియు వారి స్వంత గుర్తింపును కనుగొనడానికి ఒక ప్రక్రియ. పిల్లలు వారి పరిసరాలను అన్వేషించడానికి మరియు వారి స్వంత అభిప్రాయాలు మరియు నమ్మకాలను అభివృద్ధి

చేయడానికి సమయం మరియు స్థలాన్ని అందించడం చాలా ముఖ్యం.

అన్వేషణ పిల్లల స్వీయ-అవగాహన అభివృద్ధిలో కూడా ముఖ్యమైన పాత్ర పోషిస్తుంది. అన్వేషణలో, పిల్లలు తమ ఆసక్తులు మరియు విలువలను తెలుసుకోవచ్చు, తమ స్వంత మార్గాన్ని కనుగొనవచ్చు మరియు వారి స్వంత గుర్తింపును అభివృద్ధి చేయవచ్చు.

స్వీయ-అవగాహన

స్వీయ-అవగాహన అనేది మనం ఎవరో మరియు మనం ఏమి కోరుకుంటున్నామో అర్థం చేసుకోవడం. స్వీయ-అవగాహన పిల్లల మానసిక, భావోద్వేగ మరియు సామాజిక ఆరోగ్యానికి ముఖ్యం.

ఆట మరియు అన్వేషణ సహాయంతో, పిల్లలు తమ స్వంత అభిప్రాయాలు మరియు నమ్మకాలను అభివృద్ధి చేయగలరు, వారి బలాలు మరియు బలహీనతలను తెలుసుకోగలరు మరియు వారి స్వంత గుర్తింపును కనుగొనగలరు.

కమ్యూనికేషన్ మరియు బలమైన భాషా నైపుణ్యాలను పెంపొందించడం

కమ్యూనికేషన్ అనేది మనం ఇతరులతో మరియు ప్రపంచంతో సంభాషించే మార్గం. ఇది మాటల ద్వారా, శరీర భాష ద్వారా, లేదా ఇతర సంకేతాల ద్వారా జరుగుతుంది. బలమైన కమ్యూనికేషన్ నైపుణ్యాలు మనకు విజయవంతమైన వ్యక్తిగత మరియు వృత్తిపరమైన జీవితాన్ని నిర్మించడంలో సహాయపడతాయి.

బలమైన భాషా నైపుణ్యాలు అనేవి మాటలను అర్థం చేసుకోవడం మరియు ఉపయోగించడం యొక్క సామర్థ్యం. ఇవి చదవడం, రాయడం, వినడం మరియు మాట్లాడటం వంటి విభిన్న రకాల భాషా ప్రక్రియలను కలిగి ఉంటాయి. బలమైన భాషా నైపుణ్యాలు మనకు విద్య, ఉద్యోగం మరియు మన సమాజంలో పాల్గొనడంలో విజయవంతం కావడంలో సహాయపడతాయి.

కమ్యూనికేషన్ మరియు బలమైన భాషా నైపుణ్యాలను పెంపొందించడానికి కొన్ని మార్గాలు

చదవండి. చదవడం మీ భాషా నైపుణ్యాలను మెరుగుపరచడానికి ఉత్తమ మార్గాలలో ఒకటి. వివిధ రకాల సాహిత్యాన్ని చదవండి, ఇందులో నవలలు, కథలు, కవితలు, మరియు నిజాయితీ పుస్తకాలు ఉన్నాయి.

రాయండి. రాయడం అనేది మీ భాషా నైపుణ్యాలను అభివృద్ధి చేయడానికి మరొక గొప్ప మార్గం. కవితలు, కథలు, లేదా వ్యాసాలు వంటి మీకు ఆసక్తి ఉన్నదాన్ని రాయండి. మీరు మీ

రచనను ఇతరులతో పంచుకోవడానికి కూడా ప్రయత్నించవచ్చు.

- మాట్లాడండి. మాట్లాడటం అనేది మీ భాషా నైపుణ్యాలను అభివృద్ధి చేయడానికి మరొక గొప్ప మార్గం. మీ స్నేహితులు, కుటుంబం మరియు ఇతర వ్యక్తులతో మాట్లాడండి. మీరు కొత్త వ్యక్తులతో కూడా మాట్లాడటానికి ప్రయత్నించవచ్చు.

- వినండి. వినడం మీ భాషా నైపుణ్యాలను మెరుగుపరచడానికి చాలా ముఖ్యం.

ప్రారంభ భావోద్వేగాలను మరియు కోపాలను నిర్వహించడం

ప్రారంభ భావోద్వేగాలు మరియు కోపాలు అనేవి జీవితంలో ఒక సాధారణ భాగం. అయితే, వాటిని సానుకూలమైన మార్గంలో నిర్వహించడం చాలా ముఖ్యం.

ప్రారంభ భావోద్వేగాలు

ప్రారంభ భావోద్వేగాలు అనేవి జన్మ నుండి 3 సంవత్సరాల వయస్సు వరకు అభివృద్ధి చెందుతాయి. వీటిలో ఆనందం, బాధ, కోపం, భయం మరియు ఆశ్చర్యం ఉన్నాయి.

కోపం

కోపం అనేది ఒక సహజమైన భావోద్వేగం, ఇది సాధారణంగా ఏదైనా అడ్డంకి లేదా నిరాశతో సంబంధం కలిగి ఉంటుంది. కోపం ఒక బలమైన భావోద్వేగం, ఇది శారీరక మరియు మానసిక మార్పులను కలిగిస్తుంది.

కోపాన్ని నిర్వహించడం

కోపాన్ని నిర్వహించడం అనేది ఒక నైపుణ్యం, ఇది సమయం మరియు అభ్యాసంతో అభివృద్ధి చెందుతుంది. కోపాన్ని నిర్వహించడానికి కొన్ని మార్గాలు ఇక్కడ ఉన్నాయి:

మీ భావోద్వేగాలను గుర్తించండి. మీరు కోపంగా ఉన్నారని మీరు గుర్తించినప్పుడు, మీ భావోద్వేగాలను అర్థం చేసుకోవడానికి ప్రయత్నించండి. మీరు ఎందుకు కోపంగా

ఉన్నారో మీరు అర్థం చేసుకున్నప్పుడు, మీరు వాటిని మరింత సమర్థవంతంగా నిర్వహించగలరు.

- మీ కోపాన్ని వ్యక్తపరచండి. మీరు కోపంగా ఉన్నప్పుడు, దానిని లోపల ఉంచవద్దు. మీరు మీ కోపాన్ని సురక్షితమైన మరియు ఆరోగ్యకరమైన మార్గంలో వ్యక్తపరచడం చాలా ముఖ్యం. మీరు మాట్లాడటం, వ్రాయడం లేదా కళ ద్వారా మీ కోపాన్ని వ్యక్తపరచవచ్చు.

- పరిష్కారం కోసం పని చేయండి. మీరు కోపంగా ఉన్నప్పుడు, మీకు కోపం తెచ్చిన సమస్యను పరిష్కరించడానికి ప్రయత్నించండి. మీరు సమస్యను పరిష్కరించగలిగితే, మీ కోపం తగ్గే అవకాశం ఉంది.

- విశ్రాంతి తీసుకోండి. కోపం మీ శరీరం మరియు మనస్సుపై ఒత్తిడిని కలిగిస్తుంది. కోపంగా ఉన్నప్పుడు, విశ్రాంతి తీసుకోవడం చాలా ముఖ్యం. మీరు శారీరకంగా విశ్రాంతి తీసుకోవచ్చు, ఉదాహరణకు నడవడం లేదా యోగా చేయడం. మీరు మానసికంగా విశ్రాంతి తీసుకోవచ్చు, ఉదాహరణకు మీకు ఇష్టమైన కార్యకలాపంలో పాల్గొనడం.

Chapter 3: Childhood (6-12): Learning to Connect and Navigate

అధ్యాయం 3: బాల్యం (6-12): కనెక్ట్ అవ్వడం మరియు నావిగేట్ చేయడం నేర్చుకోవడం

సానుభూతి, కరుణ, మరియు ఘర్షణ పరిష్కార నైపుణ్యాలను అభివృద్ధి చేయడం

సానుభూతి, కరుణ, మరియు ఘర్షణ పరిష్కారం అనేవి మంచి సంబంధాలు మరియు సమర్థవంతమైన జీవితానికి ముఖ్యమైన నైపుణ్యాలు. ఈ నైపుణ్యాలను అభివృద్ధి చేయడం వల్ల మనం ఇతరులను బాగా అర్థం చేసుకోగలుగుతాము, వారి అవసరాలను తీర్చడానికి మరింత సహాయకారిగా ఉంటాము మరియు సమస్యలను పరిష్కరించడానికి మరింత సమర్థవంతంగా ఉంటాము.

సానుభూతి

సానుభూతి అనేది మనం ఇతరుల భావోద్వేగాలను అర్థం చేసుకోవడం మరియు వారి స్థానంలో ఉండటం. సానుభూతితో ఉండటం వల్ల మనం ఇతరులను మరింత బాగా అర్థం చేసుకోగలుగుతాము మరియు వారి అవసరాలను మరింత సహాయకారిగా తీర్చగలుగుతాము.

కరుణ

కరుణ అనేది ఇతరులకు సహాయం చేయాలనే ఆలోచన. కరుణతో ఉండటం వల్ల మనం ఇతరులకు సహాయం చేయడానికి మరింత సామర్ధ్యం కలిగి ఉంటాము మరియు మన సమాజాన్ని మెరుగుపరచడానికి సహాయపడతాము.

ఘర్షణ పరిష్కారం

ఘర్షణ పరిష్కారం అనేది భిన్నమైన అభిప్రాయాలతో ఉన్న ఇద్దరు లేదా అంతకంటే ఎక్కువ వ్యక్తుల మధ్య వివాదాలను పరిష్కరించే నైపుణ్యం. ఘర్షణ పరిష్కారంతో ఉండటం వల్ల మనం సమస్యలను పరిష్కరించడానికి మరింత సమర్ధవంతంగా ఉంటాము మరియు మన సంబంధాలను మెరుగుపరచడంలో సహాయపడతాము.

సానుభూతి, కరుణ మరియు ఘర్షణ పరిష్కార నైపుణ్యాలను అభివృద్ధి చేయడానికి కొన్ని మార్గాలు ఇక్కడ ఉన్నాయి:

- ఇతరుల గురించి తెలుసుకోండి. వారి అభిప్రాయాలు, నమ్మకాలు మరియు అనుభవాలను అర్థం చేసుకోవడానికి ప్రయత్నించండి.
- ఇతరుల భావోద్వేగాలను అర్థం చేసుకోండి. వారి భావోద్వేగాలను గుర్తించడానికి మరియు వాటిని ఎలా ఎదుర్కోవాలో తెలుసుకోవడానికి ప్రయత్నించండి.
- సహాయం చేయడానికి సిద్ధంగా ఉండండి. అవసరమైనప్పుడు ఇతరులకు సహాయం చేయడానికి మీరు ఎంతగానో చేయగలరో చూడండి.
- వివాదాలను పరిష్కరించడానికి చర్చ మరియు సహకారాన్ని ఉపయోగించండి. వివాదాలను పరిష్కరించడానికి ఆగ్రహం లేదా ద్వేషాన్ని ఉపయోగించవద్దు.

స్నేహాలను పెంపొందించడం మరియు సామాజిక సమూహాల మధ్య నావిగేట్ చేయడం

స్నేహం అనేది మన జీవితంలో ఒక ముఖ్యమైన భాగం. స్నేహితులు మనకు సహాయం, మద్దతు మరియు ఆనందాన్ని అందిస్తారు. సామాజిక సమూహాలు కూడా మన జీవితంలో ముఖ్యమైనవి. అవి మనకు అనుబంధం, సామర్థ్యం మరియు నైపుణ్యాలను అందిస్తాయి.

స్నేహాలను పెంపొందించడానికి మరియు సామాజిక సమూహాల మధ్య నావిగేట్ చేయడానికి కొన్ని మార్గాలు ఇక్కడ ఉన్నాయి:

స్నేహాలను పెంపొందించడం

మీకు ఆసక్తి ఉన్న వ్యక్తులతో కనెక్ట్ అవ్వండి. మీకు ఏమి ఇష్టం? మీరు ఏమి చేయాలనుకుంటున్నారు? మీకు ఆసక్తి ఉన్న వ్యక్తులతో మీరు మరింత సహజంగా కనెక్ట్ అవుతారు.

ఓపెన్ మరియు ఆసక్తిగా ఉండండి. కొత్త ప్రజలను కలవడానికి మరియు వారి గురించి తెలుసుకోవడానికి సిద్ధంగా ఉండండి.

సహాయం చేయండి. ఇతరులకు సహాయం చేయడం వల్ల మీరు మరింత ఆకర్షణీయంగా కనిపిస్తారు మరియు మీరు కొత్త స్నేహితులను కనుగొనే అవకాశాలను పెంచుతారు.

మీరు సమయం గడపాలనుకునే వ్యక్తులను ఎంచుకోండి. మీరు ఒకరితో మంచి స్నేహాన్ని కలిగి ఉండాలని కోరుకుంటే, మీరు సమయం గడపాలనుకునే వ్యక్తిని ఎంచుకోండి.

సామాజిక సమూహాలలో నావిగేట్ చేయడం

- మీకు ఆసక్తి ఉన్న సమూహాలలో చేరండి. మీకు ఏమి ఇష్టం? మీరు ఏమి చేయాలనుకుంటున్నారు? మీకు ఆసక్తి ఉన్న సమూహాలలో చేరడం ద్వారా, మీరు మీకు సరిపోయే వ్యక్తులను కనుగొనే అవకాశాలను పెంచుతారు.

- సహకారం చేయండి. సమూహంలో సహకారం చేయడం వల్ల మీరు మరింత సహజంగా కనెక్ట్ అవుతారు మరియు మీరు మీ సామాజిక నెట్‌వర్క్‌ను విస్తరించే అవకాశాలను పెంచుతారు.

- సహనం కలిగి ఉండండి. మీరు కొత్త సమూహంలోకి ప్రవేశించినప్పుడు, ప్రజలను తెలుసుకోవడానికి కొంత సమయం పడుతుంది. సహనం కలిగి ఉండండి మరియు మీకు సమయం ఇవ్వండి.

స్నేహాలు మరియు సామాజిక సమూహాలు మన జీవితంలో ముఖ్యమైన భాగం. ఈ నైపుణ్యాలను అభివృద్ధి చేయడం ద్వారా, మీరు మీ జీవితంలో మరింత సంతోషం మరియు సంతృప్తిని కనుగొనవచ్చు.

సానుభూతిగల స్వీయ-గౌరవం మరియు ఆత్మవిశ్వాసం

సానుభూతిగల స్వీయ-గౌరవం మరియు ఆత్మవిశ్వాసం అనేవి మన జీవితంలో ముఖ్యమైన లక్షణాలు. అవి మనకు మరింత సంతృప్తికరమైన మరియు సమర్థవంతమైన జీవితాన్ని గడపడంలో సహాయపడతాయి.

సానుభూతిగల స్వీయ-గౌరవం అనేది మనం మనల్ని మరియు మన సామర్థ్యాలను గౌరవించడం, కానీ మన దోషాలను కూడా అంగీకరించడం. ఇది మనకు మనం ఎవరో మరియు మనం ఏమి చేయగలమో అర్థం చేసుకోవడంలో సహాయపడుతుంది.

ఆత్మవిశ్వాసం అనేది మనం మన సామర్థ్యాలపై నమ్మకం కలిగి ఉండటం. ఇది మనకు కొత్త అవకాశాలను అందుకోవడానికి మరియు మన లక్ష్యాలను సాధించడానికి సహాయపడుతుంది.

సానుభూతిగల స్వీయ-గౌరవం మరియు ఆత్మవిశ్వాసాన్ని అభివృద్ధి చేయడానికి కొన్ని మార్గాలు ఇక్కడ ఉన్నాయి:

మీరు ఎవరో మరియు మీరు ఏమి చేయగలరో అర్థం చేసుకోండి. మీ సామర్థ్యాలు మరియు బలాలు ఏమిటి? మీరు ఏమి ఇష్టపడతారు? మీరు ఏమి చేయగలరో తెలుసుకోవడం వల్ల మీరు మీకు తాను గౌరవం కలిగి ఉండటానికి సహాయపడుతుంది.

మీ దోషాలను అంగీకరించండి. మనందరం దోషాలు చేస్తాము. మీ దోషాలను అంగీకరించడం వల్ల మీరు మీకు తాను సహనం కలిగి ఉండటానికి సహాయపడుతుంది.

- మీ స్వంత ప్రయోజనాల కోసం పోరాడండి. మీరు ఏమి కోరుకుంటున్నారో మరియు మీరు ఏమి చేయాలనుకుంటున్నారో తెలుసుకోండి. మీ స్వంత ప్రయోజనాల కోసం పోరాడడం వల్ల మీరు మీకు తాను విలువైనవారిగా అనిపిస్తుంది.

- మీరు మంచి వ్యక్తి అని నమ్మండి. మీరు మీ జీవితంలో చేసిన మంచి పనులను గుర్తుంచుకోండి. మీరు మంచి వ్యక్తి అని నమ్మడం వల్ల మీకు తాను గౌరవం కలిగి ఉండటానికి సహాయపడుతుంది.

సానుభూతిగల స్వీయ-గౌరవం మరియు ఆత్మవిశ్వాసం అనేవి జీవితంలో విజయం సాధించడానికి ముఖ్యమైన లక్షణాలు. ఈ లక్షణాలను అభివృద్ధి చేయడానికి కృషి చేయడం ద్వారా, మీరు మీ జీవితంలో మరింత సంతోషం మరియు సంతృప్తిని కనుగొనవచ్చు.

బెదిరింపు మరియు సహచరుల ఒత్తిడిని ఎదుర్కోవడం

బెదిరింపు మరియు సహచరుల ఒత్తిడి అనేవి యువతకు ఎదురయ్యే సాధారణ సమస్యలు. ఈ సమస్యలు మానసిక మరియు శారీరక ఆరోగ్యంపై ప్రతికూల ప్రభావం చూపుతాయి.

బెదిరింపు

బెదిరింపు అనేది ఒక వ్యక్తిని లేదా సమూహాన్ని భయపెట్టడానికి లేదా నియంత్రించడానికి ఉద్దేశించిన హింసాత్మక లేదా బెదిరింపు చర్య. బెదిరింపు శారీరక, మానసిక లేదా లైంగికంగా ఉండవచ్చు.

సహచరుల ఒత్తిడి

సహచరుల ఒత్తిడి అనేది స్నేహితులు, కుటుంబ సభ్యులు లేదా ఇతర సహచరులు ఒక వ్యక్తిపై పెట్టే ఒత్తిడి. సహచరుల ఒత్తిడి ఒక వ్యక్తిని తన లక్ష్యాలను మరియు విలువలను వదులుకోవడానికి ఒత్తిడి చేస్తుంది.

బెదిరింపు మరియు సహచరుల ఒత్తిడిని ఎదుర్కోవడానికి కొన్ని మార్గాలు:

మీరు బెదిరింపు లేదా సహచరుల ఒత్తిడిని ఎదుర్కొంటున్నారని మీకు తెలిస్తే, దాని గురించి ఒక పెద్దవారితో మాట్లాడండి. ఇది మీ తల్లిదండ్రులు, టీచర్, లేదా ఇతర నమ్మకమైన వ్యక్తి కావచ్చు.

మీరు బెదిరింపు లేదా సహచరుల ఒత్తిడిని ఎదుర్కోవడానికి ఒంటరిగా లేరని గుర్తుంచుకోండి. అనేక మంది యువకులు ఈ సమస్యలను ఎదుర్కొంటున్నారు.

- మీరు బెదిరింపు లేదా సహచరుల ఒత్తిడిని ఎదుర్కోవడానికి భయపడితే, సహాయం పొందడానికి సిగ్గుపడకండి. అనేక సంస్థలు మీకు సహాయం చేయడానికి అందుబాటులో ఉన్నాయి.

బెదిరింపు మరియు సహచరుల ఒత్తిడిని ఎదుర్కోవడానికి కొన్ని నిర్దిష్ట చిట్కాలు:

- బెదిరింపు గురించి రికార్డ్ చేయండి. ఏమి జరిగిందో, ఎవరు పాల్గొన్నారు మరియు ఎప్పుడు జరిగిందో గుర్తుంచుకోండి. ఇది మీరు ఒక పెద్దవారితో మాట్లాడేటప్పుడు మీకు సహాయపడుతుంది.
- బెదిరింపును సహించకండి. బెదిరింపు చర్యలను నివారించడానికి మీరు చేయగలిగినదంతా చేయండి.
- సహచరుల ఒత్తిడిని ఎదుర్కోవడానికి మీ స్వంత స్థానాన్ని నిలబడండి. మీరు ఏమి చేయాలనుకుంటున్నారో మరియు ఏమి నమ్ముతున్నారో మీరు నమ్మకంగా చెప్పండి.

బాల్యంలో ఒత్తిడి మరియు ఆందోళనను నిర్వహించడం

బాల్యంలో ఒత్తిడి మరియు ఆందోళన సాధారణమైనవి. వీటిని వివిధ అంశాలు కలిగిస్తాయి, వీటిలో పాఠశాల, కుటుంబం, సామాజిక జీవితం మరియు వ్యక్తిగత సంఘటనలు ఉన్నాయి.

ఒత్తిడి మరియు ఆందోళన యొక్క లక్షణాలు:

తలనొప్పి

కడుపు నొప్పి

వికారం లేదా వాంతులు

నిద్రపోయే సమస్యలు

ఆకలి లేదా అధిక ఆకలి

చిరాకు లేదా దురదృష్టం

ఏకాగ్రత కష్టం

భయం లేదా ఆందోళన

బాల్యంలో ఒత్తిడి మరియు ఆందోళనను నిర్వహించడానికి కొన్ని మార్గాలు:

మీ భావోద్వేగాలను అర్థం చేసుకోండి. మీరు ఎందుకు ఒత్తిడితో ఉన్నారో లేదా ఆందోళన చెందుతున్నారో అర్థం చేసుకోవడం ముఖ్యం.

మీ భావోద్వేగాలను వ్యక్తపరచండి. మీరు ఎలా భావిస్తున్నారో ఒక నమ్మకమైన పెద్దవారితో మాట్లాడండి, లేదా మీ ఆందోళనలను వ్యక్తపరచడానికి కళ లేదా సంగీతం వంటి సృజనాత్మక వ్యక్తీకరణను ఉపయోగించండి.

- మీకు సహాయం చేయడానికి ఒక వ్యక్తిని కనుగొనండి. మీరు ఒంటరిగా ఒత్తిడి లేదా ఆందోళనను ఎదుర్కోవడం కష్టం. మీరు మాట్లాడగల ఒక నమ్మకమైన పెద్దవారిని కనుగొనండి, లేదా మీరు ఒక థెరపిస్ట్ లేదా సహాయక గ్రూప్‌తో సహాయం పొందవచ్చు.

- మీరు నియంత్రించగలిగే విషయాలపై దృష్టి పెట్టండి. మీరు ఏమి చేయలేకపోతున్న దాని గురించి ఆందోళన చెందడం ప్రయోజనం లేదు. మీరు నియంత్రించగలిగే విషయాలపై దృష్టి పెట్టండి మరియు మీరు చేయగలిగినంత ఉత్తమంగా చేయడంపై దృష్టి పెట్టండి.

- ఆరోగ్యకరమైన జీవనశైలిని కలిగి ఉండండి. ఆరోగ్యకరమైన ఆహారం తినండి, తగినంత నిద్రపోండి మరియు క్రమం తప్పకుండా వ్యాయామం చేయండి. ఈ విషయాలు మీ మానసిక మరియు శారీరక ఆరోగ్యాన్ని మెరుగుపరచడంలో సహాయపడతాయి.

బాల్యంలో ఒత్తిడి మరియు ఆందోళనను నిర్వహించడం కష్టంగా అనిపించవచ్చు, కానీ సహాయం అందుబాటులో ఉంది. మీరు ఒంటరిగా ఉన్నారని భావించకండి.

Chapter 4: Adolescence (13-19): Finding Identity and Independence

అధ్యాయం 4: కౌమారదశ (13-19): గుర్తింపు మరియు స్వాతంత్ర్యాన్ని కనుగొనడం

గుర్తింపు ఏర్పాటు మరియు సామాజిక మార్పులను నావిగేట్ చేయడం

గుర్తింపు అనేది మనం ఎవరో మరియు మనం ఎక్కడికి చెందినవారో అర్థం చేసుకోవడం. ఇది మనకు విలువ, ప్రాముఖ్యత మరియు సమగ్రతను అందిస్తుంది. గుర్తింపు ఏర్పాటు అనేది ఈ భావాలను అభివృద్ధి చేయడానికి మరియు మన జీవితంలో అర్థాన్ని కనుగొనడానికి మనం చేసే ప్రక్రియ.

సామాజిక మార్పులు అనేవి సమాజంలో సంభవించే మార్పులు. వీటిలో రాజకీయ, ఆర్థిక, సాంస్కృతిక లేదా సాంకేతిక మార్పులు ఉండవచ్చు. సామాజిక మార్పులు గుర్తింపును ప్రభావితం చేయగలవు.

గుర్తింపు ఏర్పాటు మరియు సామాజిక మార్పులను నావిగేట్ చేయడం అనేది ఒక సవాలుగా ఉంటుంది. అయితే, ఈ ప్రక్రియను సులభతరం చేయడానికి కొన్ని విషయాలు ఉన్నాయి.

గుర్తింపు ఏర్పాటును ప్రోత్సహించడానికి కొన్ని మార్గాలు:

- మీ స్వంత గురించి తెలుసుకోండి. మీరు ఎవరో, మీరు ఎక్కడికి చెందినవారో అర్థం చేసుకోవడానికి సమయం కేటాయించండి.
- మీకు ముఖ్యమైన వ్యక్తులు మరియు సమూహాలతో సంబంధాలు కలిగి ఉండండి. ఈ సంబంధాలు మీకు మద్దతు మరియు గుర్తింపును అందిస్తాయి.
- మీ గుర్తింపును ప్రదర్శించండి. మీరు ఎవరో, మీరు ఏమి నమ్ముతున్నారో ప్రపంచానికి చూపించండి.

సామాజిక మార్పులను నావిగేట్ చేయడానికి కొన్ని మార్గాలు:

- మార్పుల గురించి తెలుసుకోండి. మార్పులు జరుగుతున్నాయని తెలుసుకోవడం మరియు వాటి ప్రభావాలను అర్థం చేసుకోవడం ముఖ్యం.
- మీ భావాలను అంగీకరించండి. మార్పులు భయం, ఆందోళన లేదా కోపం వంటి భావాలను రేకెత్తించవచ్చు. ఈ భావాలను అంగీకరించడం మరియు వాటిని ఆరోగ్యకరమైన మార్గాల్లో వ్యక్తపరచడం ముఖ్యం.
- సహాయం కోసం అడగండి. మీరు మార్పులను ఎదుర్కొంటుంటే, మీకు సహాయం కోసం కుటుంబం, స్నేహితులు లేదా వృత్తిపరమైన మద్దతును అడగండి.

గుర్తింపు ఏర్పాటు మరియు సామాజిక మార్పులు అనేవి జీవితంలో సహజమైన భాగాలు. ఈ ప్రక్రియలను సవాలుగా అనుభవించవచ్చు, కానీ అవి మనకు మరింత లోతుగా అర్థం చేసుకోవడానికి మరియు మన జీవితంలో బలంగా ఉండటానికి సహాయపడతాయి.

భావోద్వేగ నియంత్రణ మరియు బలమైన భావాలతో వ్యవహరించడం

భావోద్వేగాలు మానవ అనుభవంలో ఒక ముఖ్యమైన భాగం. అవి మనకు ఏమి జరుగుతుందో అర్థం చేసుకోవడానికి మరియు మన జీవితాలను మార్చుకోవడానికి సహాయపడతాయి. అయితే, బలమైన భావాలు కొన్నిసార్లు భయంకరంగా లేదా అనియంత్రితంగా అనిపించవచ్చు.

భావోద్వేగ నియంత్రణ అనేది మన భావాలను ఆరోగ్యకరమైన మార్గాల్లో వ్యక్తపరచడానికి మరియు నిర్వహించడానికి మనకు ఉన్న సామర్థ్యం. మంచి భావోద్వేగ నియంత్రణ ఉన్న వ్యక్తులు తమ భావాలను బయటపెట్టడానికి ఆరోగ్యకరమైన మార్గాలను కనుగొంటారు, వారు ఒత్తిడి లేదా ఆందోళనతో ఎదుర్కొన్నప్పుడు కూడా స్థిరంగా ఉంటారు.

బలమైన భావాలతో వ్యవహరించడానికి కొన్ని మార్గాలు:

మీ భావాలను అంగీకరించండి. మీరు ఏమి అనుభవిస్తున్నారో మొదట అంగీకరించడం ముఖ్యం. మీ భావాలను తప్పుగా లేదా అసాధారణంగా భావించకండి.

మీ భావాలకు కారణం తెలుసుకోండి. మీరు ఎందుకు అలా అనుభవిస్తున్నారో అర్థం చేసుకోవడం మీ భావాలను నిర్వహించడంలో మీకు సహాయపడుతుంది.

మీరు నియంత్రించగలిగే విషయాలపై దృష్టి పెట్టండి. మీరు ఏమి చేయలేరు దాని గురించి ఆందోళన చెందడం ఫలప్రదం కాదు. మీరు నియంత్రించగలిగే విషయాలపై దృష్టి పెట్టండి.

- ఆరోగ్యకరమైన వ్యక్తీకరణ మార్గాలను కనుగొనండి. మీ భావాలను ఆరోగ్యకరమైన మార్గాల్లో వ్యక్తపరచడానికి కొన్ని మార్గాలు ఉన్నాయి, వీటిలో వ్యాయామం, కళ లేదా శ్వాసక్రియ ఉంటాయి.
- సహాయం కోసం అడగండి. మీరు బలమైన భావాలను ఎదుర్కొంటుంటే, మీకు సహాయం చేయడానికి కుటుంబం, స్నేహితులు లేదా వృత్తిపరమైన మద్ధతును అడగండి.

భావోద్వేగ నియంత్రణ అనేది నేర్చుకోగలిగే నైపుణ్యం. మీరు మీ భావాలను నిర్వహించడంలో మెరుగుపరచుకోవాలనుకుంటే, సమయం మరియు కృషి అవసరం. అయితే, మీరు కృషి చేస్తే, మీరు మీ భావాలను మరింత ఆరోగ్యకరమైన మార్గాల్లో నిర్వహించడం నేర్చుకోవచ్చు.

ప్రేమ సంబంధాలలో ఆరోగ్యకరమైన కమ్యూనికేషన్

ప్రేమ సంబంధాలలో ఆరోగ్యకరమైన కమ్యూనికేషన్ అనేది విజయానికి ఒక ముఖ్యమైన స్తంభం. ఇది భాగస్వాముల మధ్య నమ్మకం, సహకారం మరియు అవగాహనను నిర్మించడంలో సహాయపడుతుంది.

ఆరోగ్యకరమైన కమ్యూనికేషన్ యొక్క లక్షణాలు:

స్పష్టత: మీరు ఏమి అర్థం చేసుకుంటున్నారో మీ భాగస్వామికి తెలియజేయడం ముఖ్యం. మీరు మీ ఆలోచనలు మరియు భావాలను స్పష్టంగా మరియు సంక్షిప్తంగా తెలియజేయండి.

సానుకూలత: మీరు మీ భాగస్వామిని విమర్శించడం లేదా నిందించడం బదులు, మీరు కలిగి ఉన్న సమస్యలను పరిష్కరించడానికి మీరు కలిసి పని చేయాలని చూపించండి.

సమయం: మీరు ఒకరినొకరు వినడానికి మరియు అర్థం చేసుకోవడానికి సమయం కేటాయించండి. మీరు ఒకరి మాటలను పూర్తి చేయవద్దు లేదా మీ స్వంత ఆలోచనలతో దూసుకెళ్లవద్దు.

సహనం: మీరు మీ భాగస్వామి యొక్క దృక్పథాన్ని అర్థం చేసుకోవడానికి సమయం పడుతుంది. మీరు వెంటనే ఒక నిర్ణయానికి రావద్దు.

ప్రేమ సంబంధాలలో ఆరోగ్యకరమైన కమ్యూనికేషన్ను మెరుగుపరచడానికి కొన్ని చిట్కాలు:

ప్రతిరోజూ కనీసం కొన్ని నిమిషాలు మాట్లాడటానికి సమయం కేటాయించండి. మీ రోజు గురించి ఒకరితో ఒకరు మాట్లాడండి మరియు మీరు ఎలా భావిస్తున్నారో పంచుకోండి.

- మీరు ఏమి అర్థం చేసుకుంటున్నారో నిర్ధారించుకోవడానికి మీ భాగస్వామి మాటలను ప్రతిధ్వనిస్తూ ఉండండి.

- మీ భాగస్వామి యొక్క భావాలను అర్థం చేసుకోవడానికి ప్రయత్నించండి. వారి దృక్పథాన్ని ధరించండి మరియు వారి భావాలను ఎందుకు అనుభవిస్తున్నారో అర్థం చేసుకోండి.

- మీరు కలిగి ఉన్న సమస్యలను పరిష్కరించడానికి కలిసి పని చేయండి. విమర్శించకుండా లేదా నిందించకుండా, మీరు కలిసి సమాధానం కనుగొనడానికి కృషి చేయండి.

ఆరోగ్యకరమైన కమ్యూనికేషన్ అనేది ప్రేమ సంబంధాలను బలోపేతం చేయడానికి మరియు మీ భాగస్వామితో లోతైన అనుబంధాన్ని పెంచడానికి ఒక శక్తివంతమైన సాధనం.

విద్యాపరమైన ఒత్తిడి మరియు ఒత్తిడిని నిర్వహించడం

విద్య అనేది ఒత్తిడితో నిండిన అనుభవం కావచ్చు. పరీక్షలు, పేపర్లు మరియు ఇతర అవసరాలతో, విద్యార్థులు తరచుగా ఒత్తిడి మరియు ఒత్తిడిని అనుభవిస్తారు. ఈ ఒత్తిడి శారీరక మరియు మానసిక ఆరోగ్యాన్ని ప్రభావితం చేయగలదు.

విద్యాపరమైన ఒత్తిడి మరియు ఒత్తిడి యొక్క లక్షణాలు:

శారీరక లక్షణాలు: తలనొప్పి, కడుపు నొప్పి, నిద్రపోయే సమస్యలు, ఆకలి లేదా అధిక ఆకలి, చిరాకు, చిరాకు

మానసిక లక్షణాలు: ఆందోళన, భయం, నిరాశ, ఏకాగ్రత కష్టం, నిర్ణయాలు తీసుకోవడంలో ఇబ్బంది

విద్యాపరమైన ఒత్తిడి మరియు ఒత్తిడిని నిర్వహించడానికి కొన్ని మార్గాలు:

మీ భావాలను అంగీకరించండి. మీరు ఒత్తిడితో ఉన్నారని అంగీకరించడం ముఖ్యం. మీ భావాలను తప్పుగా లేదా అసాధారణంగా భావించకండి.

మీ ఒత్తిడి యొక్క మూలాలను గుర్తించండి. మీరు ఏమి గురించి ఒత్తిడితో ఉన్నారో అర్థం చేసుకోవడం ముఖ్యం. మీరు ఒక పరీక్ష కోసం సిద్ధమవుతున్నట్లయితే, మీరు మీ అధ్యయన ప్రణాళికను సమీక్షించడానికి లేదా మీకు సహాయం కోసం ఒక ట్యూటర్ లేదా సహాయక సమూహాన్ని కనుగొనడానికి ప్రయత్నించవచ్చు.

మీరు నియంత్రించగలిగే విషయాలపై దృష్టి పెట్టండి. మీరు ఒక పరీక్ష ఫలితాలను నియంత్రించలేరు, కానీ మీరు మీ

అధ్యయన శైలిని మరియు సమయ నిర్వహణను నియంత్రించవచ్చు.

- ఆరోగ్యకరమైన జీవనశైలిని అనుసరించండి. ఆరోగ్యకరమైన ఆహారం తినండి, తగినంత నిద్ర పొందండి మరియు క్రమం తప్పకుండా వ్యాయామం చేయండి. ఇది మీ మానసిక మరియు శారీరక ఆరోగ్యాన్ని మెరుగుపరచడంలో సహాయపడుతుంది.

- సహాయం కోసం అడగండి. మీరు ఒత్తిడితో పోరాడుతుంటే, మీకు సహాయం కోసం కుటుంబం, స్నేహితులు లేదా వృత్తిపరమైన మద్దతును అడగండి.

**విద్యాపరమైన ఒత్తిడి మరియు ఒత్తిడిని నిర్వహించడం నేర్చుకోవడం చాలా ముఖ్యం.

పట్టుదలను పెంపొందించడం మరియు సవాళ్లను ఎదుర్కోవడం

పట్టుదల అనేది ఒక లక్ష్యం లేదా లక్ష్యాన్ని సాధించడానికి కష్టపడి పనిచేయడానికి మరియు విఫలతలను అధిగమించడానికి మనకు ఉన్న సామర్థ్యం. ఇది జీవితంలో విజయం సాధించడానికి చాలా ముఖ్యమైన నైపుణ్యం.

పట్టుదలను పెంపొందించడానికి కొన్ని మార్గాలు:

- చిన్న లక్ష్యాలతో ప్రారంభించండి. ఒక పెద్ద లక్ష్యాన్ని సాధించడం కష్టంగా అనిపిస్తే, దానిని చిన్న, మరింత నిర్వహించదగిన లక్ష్యాలుగా విభజించండి.
- మీ లక్ష్యాలను స్పష్టంగా నిర్వచించండి. మీరు ఏమి సాధించాలనుకుంటున్నారో మీకు తెలియకపోతే, మీరు దానిని సాధించడానికి కష్టపడతారు.
- మీ లక్ష్యాలను రికార్డ్ చేయండి. మీరు మీ లక్ష్యాలను రికార్డ్ చేయడం వల్ల, మీరు వాటిపై దృష్టి పెట్టడానికి మరియు మీ పురోగతిని ట్రాక్ చేయడానికి సులభం అవుతుంది.
- మీకు సహాయం చేయడానికి ఇతరులను కనుగొనండి. మీకు మద్ధతు మరియు ప్రోత్సాహం అవసరమైనప్పుడు, మీ కుటుంబం, స్నేహితులు లేదా వృత్తిపరమైన నిపుణుడిని సంప్రదించండి.

సవాళ్లను ఎదుర్కోవడానికి కొన్ని మార్గాలు:

- సవాళ్లను ఒక అవకాశంగా చూడండి. సవాళ్లు మీకు నేర్చుకోవడానికి మరియు పెరగడానికి అవకాశాలను అందిస్తాయి.

- మీ భయాలను అధిగమించండి. మీరు ఏదైనా చేయడానికి భయపడుతుంటే, దానిని చేయడం ద్వారా మీ భయాలను అధిగమించడానికి ప్రయత్నించండి.
- మీరు చేయగలరని నమ్మండి. మీరు మీ లక్ష్యాలను సాధించగలరని మీరు నమ్ముతుంటే, మీరు వాటిని సాధించడానికి మరింత ఎక్కువ అవకాశం ఉంది.

పట్టుదల మరియు సవాళ్లను ఎదుర్కోవడం అనేవి జీవితంలో విజయం సాధించడానికి చాలా ముఖ్యమైన నైపుణ్యాలు. ఈ నైపుణ్యాలను అభివృద్ధి చేయడం ద్వారా, మీరు మీ లక్ష్యాలను సాధించడానికి మరియు మీకు ముఖ్యమైన విషయాలను సాధించడానికి మరింత అవకాశం ఉంది.

Chapter 5: Adulthood (20-45): Building Meaningful Connections

అధ్యాయం 5: యౌవనం (20-45): అర్థవంతమైన సంబంధాల నిర్మాణం

ఆరోగ్యకరమైన సంబంధాలను నిర్వహించడం మరియు జీవిత మార్పులను నావిగేట్ చేయడం

ఆరోగ్యకరమైన సంబంధాలు మన జీవితంలో ముఖ్యమైన భాగం. అవి మనకు మద్దతు, ప్రేమ మరియు సంబంధాన్ని అందిస్తాయి. జీవిత మార్పులు మన జీవితంలో సహజమైన భాగం. వారు కష్టంగా ఉండవచ్చు, కానీ వారు మనకు నేర్చుకోవడానికి మరియు పెరగడానికి అవకాశాలను కూడా అందిస్తారు.

ఆరోగ్యకరమైన సంబంధాలను నిర్వహించడానికి కొన్ని మార్గాలు:

స్పష్టమైన కమ్యూనికేషన్: మీరు ఏమి కోరుకుంటున్నారో మరియు మీరు ఎలా అనుభవిస్తున్నారో మీ భాగస్వాములతో స్పష్టంగా మాట్లాడండి.

విశ్వసనీయత: మీ భాగస్వాములకు విశ్వసనీయంగా ఉండండి. మీ మాటలు మరియు చర్యలలో సమగ్రంగా ఉండండి.

సహకారం: మీ భాగస్వాములతో సహకారం చేయండి. మీరు కలిసి పని చేయడం ద్వారా, మీరు మీ లక్ష్యాలను సాధించడానికి మరియు మీ సంబంధాన్ని బలోపేతం చేయడానికి మరింత అవకాశం ఉంది.

- సహనం: మీ భాగస్వాములు పొరపాట్లు చేస్తారు. వారిని మరియు వారి లోపాలను అంగీకరించడం నేర్చుకోండి.

జీవిత మార్పులను నావిగేట్ చేయడానికి కొన్ని మార్గాలు:

- మీ మార్పులను అంగీకరించండి: మీరు మార్పులను ఎదుర్కొంటున్నప్పుడు, మీరు మొదట వాటిని అంగీకరించడం ముఖ్యం. మీరు వాటిని అంగీకరించకపోతే, మీరు వాటితో పోరాడుతూనే ఉంటారు.
- మీ మార్పుల గురించి తెలుసుకోండి: మీరు మార్పులను ఎదుర్కొంటున్నప్పుడు, వాటి గురించి తెలుసుకోవడం ముఖ్యం. మీరు వాటి గురించి ఎంత ఎక్కువ తెలుసుకుంటే, వాటితో ఎదుర్కోవడానికి మీకు అంత ఎక్కువ సామర్థ్యం ఉంటుంది.
- మద్దతు కోసం అడగండి: మీరు మార్పులను ఎదుర్కొంటున్నప్పుడు, మద్దతు కోసం అడగడం ముఖ్యం. మీ కుటుంబం, స్నేహితులు లేదా వృత్తిపరమైన నిపుణుడి నుండి మద్దతు పొందండి.

ఆరోగ్యకరమైన సంబంధాలు మరియు జీవిత మార్పులను నావిగేట్ చేయడం అనేవి జీవితంలో విజయం సాధించడానికి చాలా ముఖ్యమైన నైపుణ్యాలు. ఈ నైపుణ్యాలను అభివృద్ధి చేయడం ద్వారా, మీరు మీ జీవితంలో మరింత సంతృప్తి మరియు సంతోషాన్ని కనుగొనవచ్చు.

యౌవనంలో పరిణామకరమైన కమ్యూనికేషన్ మరియు ఘర్షణ పరిష్కారం

యౌవనం అనేది వ్యక్తిగత మరియు సామాజికంగా చాలా మార్పులు చోటు చేసుకునే కాలం. ఈ మార్పులలో ఒకటి కమ్యూనికేషన్ నైపుణ్యాలలో పరిణామం. యువకులు తమ ఆలోచనలు మరియు భావాలను వ్యక్తపరచడంలో మరింత సామర్థ్యం కలిగి ఉంటారు, కానీ వారు ఇప్పటికీ వారి కమ్యూనికేషన్ నైపుణ్యాలను అభివృద్ధి చేయడంలో ఉన్నారు.

యౌవనంలో కమ్యూనికేషన్ నైపుణ్యాల పరిణామం కొన్ని కీలక అంశాలతో ముడిపడి ఉంది. ఒక అంశం శారీరక మరియు మానసిక అభివృద్ధి. యువకులు తమ మెదడును మరింత సమర్థవంతంగా ఉపయోగించడం నేర్చుకుంటారు, ఇది వారి భాషా నైపుణ్యాలను మెరుగుపరుస్తుంది. వారు తమ భావాలను అర్థం చేసుకోవడం మరియు వ్యక్తపరచడం కూడా నేర్చుకుంటారు.

మరొక అంశం సామాజిక అనుభవం. యువకులు ఇతరులతో సంబంధాలను అభివృద్ధి చేయడం నేర్చుకుంటారు, ఇది వారి కమ్యూనికేషన్ నైపుణ్యాలను మెరుగుపరుస్తుంది. వారు ఇతరుల భావాలను అర్థం చేసుకోవడం మరియు వారితో సమర్థవంతంగా కమ్యూనికేట్ చేయడం నేర్చుకుంటారు.

యౌవనంలో కమ్యూనికేషన్ నైపుణ్యాల పరిణామం ఘర్షణ పరిష్కారంపై కూడా ప్రభావం చూపుతుంది. యువకులు తమ ఆలోచనలు మరియు భావాలను వ్యక్తపరచడం నేర్చుకున్నప్పుడు, వారు ఘర్షణలను ఎదుర్కోవడానికి మరింత సమర్థవంతంగా ఉంటారు. వారు వారి అభిప్రాయాలను స్పష్టంగా మరియు గౌరవప్రదంగా

వ్యక్తపరచడం నేర్చుకుంటారు. వారు ఇతరుల అభిప్రాయాలను వినడం మరియు వారితో ఒక భాగస్వామ్య పరిష్కారాన్ని కనుగొనడం కూడా నేర్చుకుంటారు.

యౌవనంలో కమ్యూనికేషన్ మరియు ఘర్షణ పరిష్కార నైపుణ్యాలను అభివృద్ధి చేయడానికి కొన్ని చిట్కాలు ఇక్కడ ఉన్నాయి:

- మీ ఆలోచనలు మరియు భావాలను స్పష్టంగా మరియు గౌరవప్రదంగా వ్యక్తపరచండి.
- ఇతరులను వినండి మరియు వారి అభిప్రాయాలను గౌరవించండి.
- ఒక భాగస్వామ్య పరిష్కారాన్ని కనుగొనడానికి కృషి చేయండి.

పని-జీవిత సమతుల్యత మరియు ఒత్తిడి నిర్వహణ

పని-జీవిత సమతుల్యత అనేది పని మరియు వ్యక్తిగత జీవితం మధ్య సమతుల్యతను కనుగొనడం. ఇది మీరు మీ పనిని సమర్ధవంతంగా నిర్వహించగలగాలి మరియు మీకు ముఖ్యమైన వ్యక్తులతో మరియు చర్యలతో కనెక్ట్ అవ్వగలగాలి.

ఒత్తిడి నిర్వహణ అనేది మీ ఒత్తిడిని నియంత్రించడం మరియు దాని ప్రతికూల ప్రభావాలను తగ్గించడం. ఇది మీ ఆరోగ్యాన్ని మెరుగుపరచడంలో మరియు మీరు మరింత సంతోషంగా మరియు సంతృప్తి చెందడంలో సహాయపడుతుంది.

పని-జీవిత సమతుల్యత మరియు ఒత్తిడి నిర్వహణ రెండూ మీ మానసిక మరియు శారీరక ఆరోగ్యానికి చాలా ముఖ్యమైనవి. అవి మీకు మరింత ఉత్పాదకంగా మరియు సంతృప్తికరంగా ఉండటంలో సహాయపడతాయి.

పని-జీవిత సమతుల్యతను మెరుగుపరచడానికి కొన్ని చిట్కాలు:

మీ పనులను ప్రాధాన్యత ఇవ్వండి. మీకు ఏ పనులు చాలా ముఖ్యమో గుర్తించండి మరియు వాటిపై మొదట దృష్టి పెట్టండి.

సమయ నిర్వహణ నైపుణ్యాలను అభివృద్ధి చేయండి. మీ సమయాన్ని సమర్ధవంతంగా ఎలా నిర్వహించాలో నేర్చుకోండి.

"లేదు" చెప్పడం నేర్చుకోండి. మీరు చేయలేని పనులను మీరు చేయడానికి అంగీకరించవద్దు.

- మీకు విశ్రాంతి తీసుకోవడానికి సమయం కేటాయించండి. మీరు శారీరకంగా మరియు మానసికంగా విశ్రాంతి పొందడం చాలా ముఖ్యం.

ఒత్తిడిని నిర్వహించడానికి కొన్ని చిట్కాలు:

- మీ ఒత్తిడి యొక్క మూలాలను గుర్తించండి. మీరు ఏమి గురించి ఒత్తిడి చెందుతున్నారో తెలుసుకోండి.
- ఒత్తిడిని తగ్గించడానికి ఆరోగ్యకరమైన మార్గాలను కనుగొనండి. వ్యాయామం, ధ్యానం, లేదా నైపుణ్యాల-ఆధారిత వినోదం వంటివి సహాయపడతాయి.
- మీరు సహాయం తీసుకోవడానికి సిద్ధంగా ఉండండి. మీరు ఒత్తిడితో పోరాడుతుంటే, ఒక థెరపిస్ట్ లేదా కౌన్సెలర్ నుండి సహాయం తీసుకోవడం చాలా ఉపయోగకరంగా ఉంటుంది.

పని-జీవిత సమతుల్యత మరియు ఒత్తిడి నిర్వహణ అనేవి జీవితంలో విజయం సాధించడానికి ముఖ్యమైన అంశాలు.

నాయకత్వం మరియు సహకారంలో భావోద్వేగ తెలివితేట

భావోద్వేగ తెలివితేట అనేది మన స్వంత మరియు ఇతరుల భావోద్వేగాలను అర్థం చేసుకోవడానికి మరియు నిర్వహించడానికి మనకు ఉన్న సామర్థ్యం. ఇది నాయకత్వం మరియు సహకారంలో చాలా ముఖ్యమైన నైపుణ్యం.

నాయకత్వంలో భావోద్వేగ తెలివితేట

నాయకులు తమను తాము మరియు ఇతరులను బాగా అర్థం చేసుకోగలిగితే, వారు మరింత సమర్థవంతంగా నాయకత్వం వహించగలరు. వారు తమ భావోద్వేగాలను నిర్వహించడం ద్వారా మరియు ఇతరుల భావోద్వేగాలను అర్థం చేసుకోవడం ద్వారా, వారు మరింత సమర్థవంతంగా సంభాషించగలరు, సంబంధాలను నిర్మించగలరు మరియు సవాళ్లను ఎదుర్కోగలరు.

సహకారంలో భావోద్వేగ తెలివితేట

సహకారం అనేది రెండు లేదా అంతకంటే ఎక్కువ వ్యక్తులు సాధారణ లక్ష్యం కోసం కలిసి పనిచేయడం. భావోద్వేగ తెలివితేట సహకారంలో చాలా ముఖ్యం, ఎందుకంటే ఇది వ్యక్తుల మధ్య నమ్మకాన్ని మరియు సహకారాన్ని నిర్మించడంలో సహాయపడుతుంది.

నాయకత్వంలో మరియు సహకారంలో భావోద్వేగ తెలివితేటను అభివృద్ధి చేయడానికి కొన్ని మార్గాలు:

- మీ స్వంత భావోద్వేగాలను అర్థం చేసుకోండి. మీరు ఎలా భావిస్తున్నారో గుర్తించడం నేర్చుకోండి మరియు మీ భావోద్వేగాలను ఎలా నిర్వహించాలో నేర్చుకోండి.
- ఇతరుల భావోద్వేగాలను అర్థం చేసుకోండి. ఇతరుల భావోద్వేగాలను గుర్తించడం మరియు అర్థం చేసుకోవడం నేర్చుకోండి.
- సానుకూల మరియు నిర్మాణాత్మక సంభాషణ నైపుణ్యాలను అభివృద్ధి చేయండి. మీరు మరియు ఇతరుల భావోద్వేగాలను గౌరవించే విధంగా సంభాషించడం నేర్చుకోండి.
- సమస్య పరిష్కారం మరియు సంఘర్షణ పరిష్కార నైపుణ్యాలను అభివృద్ధి చేయండి. భావోద్వేగాలను నిర్వహించడం మరియు సవాళ్లను ఎదుర్కోవడం నేర్చుకోండి.

భావోద్వేగ తెలివితేటల అనేది నాయకత్వం మరియు సహకారంలో విజయం సాధించడానికి ముఖ్యమైన నైపుణ్యం. ఈ నైపుణ్యాలను అభివృద్ధి చేయడం ద్వారా, మీరు మరింత సమర్థవంతమైన నాయకుడు మరియు సహకారి అవుతారు.

కృతజ్ఞతను పెంపొందించడం మరియు పట్టుదలను పెంచడం

కృతజ్ఞత మరియు పట్టుదల అనేవి జీవితంలో విజయం సాధించడానికి ముఖ్యమైన నైపుణ్యాలు. కృతజ్ఞత అనేది మనకు ఉన్న వాటికి ధన్యవాదాలు చెప్పడం, మరియు పట్టుదల అనేది ఒక లక్ష్యాన్ని సాధించడానికి కష్టపడి పనిచేయడం.

కృతజ్ఞతను పెంపొందించడానికి కొన్ని మార్గాలు:

మీ జీవితంలోని మంచి విషయాలను గమనించండి. ప్రతిరోజూ, మీరు కృతజ్ఞత చెందాలనుకునే మూడు విషయాలను గుర్తుంచుకోండి.

ఇతరులకు కృతజ్ఞతను వ్యక్తం చేయండి. మీరు కృతజ్ఞత చెందే వ్యక్తులకు మీ కృతజ్ఞతను చెప్పండి.

కృతజ్ఞతను ప్రేరేపించే కార్యకలాపాలలో పాల్గొనండి. ఉదాహరణకు, మీరు ఒక స్వచ్ఛంద సంస్థకు సమయం ఇవ్వవచ్చు లేదా మీకు ఇష్టమైన సంగీతాన్ని వినవచ్చు.

పట్టుదలను పెంచడానికి కొన్ని మార్గాలు:

మీ లక్ష్యాలను స్పష్టంగా నిర్వచించండి. మీరు ఏమి సాధించాలనుకుంటున్నారో మీకు తెలిస్తే, మీరు దానిని సాధించడానికి మరింత సమర్థవంతంగా ఉండవచ్చు.

మీ లక్ష్యాలకు కారణం కనుగొనండి. మీరు ఎందుకు ఈ లక్ష్యాన్ని సాధించాలనుకుంటున్నారో తెలిస్తే, మీరు దాని కోసం కష్టపడటానికి మరింత ప్రేరేపితులవుతారు.

- చిన్న లక్ష్యాలను నిర్దేశించండి. ఒక పెద్ద లక్ష్యాన్ని సాధించడం భయపెట్టవచ్చు, కానీ చిన్న లక్ష్యాలను విభజించడం దానిని మరింత చేరుకోగలిగేలా చేస్తుంది.
- విరామాలు తీసుకోండి. కష్టపడి పనిచేయడం ముఖ్యం, కానీ మీరు విశ్రాంతి తీసుకోకపోతే, మీరు అలసిపోతారు మరియు మీ లక్ష్యాలను కోల్పోవచ్చు.

కృతజ్ఞత మరియు పట్టుదల రెండూ సాధారణంగా ఒకదానితో ఒకటి సంబంధం కలిగి ఉంటాయి. కృతజ్ఞత అనేది మనకు ఉన్న వాటికోసం ధన్యవాదాలు చెప్పడం, మరియు పట్టుదల అనేది ఒక లక్ష్యాన్ని సాధించడానికి కష్టపడి పనిచేయడం. కృతజ్ఞతను అభివృద్ధి చేయడం వలన మనం మరింత సంతోషంగా మరియు సంతృప్తి చెందుతాము, ఇది మన పట్టుదలను పెంచడానికి సహాయపడుతుంది.

**కృతజ్ఞత మరియు పట్టుదలను అభివృద్ధి చేయడం ద్వారా, మీరు మీ జీవితంలో మరింత విజయం సాధించవచ్చు.

Chapter 6: Middle Age (46-65): Redefining Purpose and Prioritizing Well-being

అధ్యాయం 6: మధ్య వయస్సు (46-65): లక్ష్యం పునర్నిర్వచనం మరియు మనస్సు సుఖసంపత్తాకు ప్రాధాన్యత

మధ్య వయస్సులో అర్థం మరియు లక్ష్యాన్ని కనుగొనడం

మధ్య వయస్సు అనేది జీవితంలో ఒక ప్రత్యేకమైన కాలం. ఈ కాలంలో, మనం చాలా మార్పులను ఎదుర్కొంటాము, వ్యక్తిగతంగా మరియు వృత్తిపరంగా. మనం మన జీవితంలో ఏమి చేస్తున్నామో మరియు మనం ఎక్కడికి వెళుతున్నామో ఆలోచించడం ప్రారంభించవచ్చు.

మధ్య వయస్సులో అర్థం మరియు లక్ష్యాన్ని కనుగొనడం ఒక సవాలుగా ఉంటుంది. మనం ఏమి కోరుకుంటున్నామో మరియు మన జీవితంలో ఏమి చేయాలనుకుంటున్నామో తెలుసుకోవడానికి మనం సమయం తీసుకోవాలి.

మధ్య వయస్సులో అర్థం మరియు లక్ష్యాన్ని కనుగొనడానికి కొన్ని చిట్కాలు:

మీ జీవితం గురించి ఆలోచించండి. మీరు ఏమి సాధించారు? మీకు ఏమి ఇష్టం? మీరు మీ జీవితంలో మార్పులను కోరుకుంటున్నారా?

మీరు ఏమి కోరుకుంటున్నారో తెలుసుకోవడానికి సమయం తీసుకోండి. మీరు ఒక కొత్త వృత్తిని ప్రయత్నించాలనుకుంటున్నారా? మీరు మీ సంబంధాలపై

దృష్టి పెట్టాలనుకుంటున్నారా? మీరు మీ ఆరోగ్యం మరియు శ్రేయస్సుపై దృష్టి పెట్టాలనుకుంటున్నారా?

- మీ లక్ష్యాలను స్పష్టంగా నిర్వచించండి. మీరు ఏమి సాధించాలనుకుంటున్నారు? మీరు ఎప్పుడు సాధించాలనుకుంటున్నారు?

- మీ లక్ష్యాలను సాధించడానికి చర్య తీసుకోండి. మీరు ఒక కొత్త వృత్తిని ప్రయత్నించాలనుకుంటే, మీరు దాని కోసం చదువుకోవడం ప్రారంభించాలి. మీరు మీ సంబంధాలపై దృష్టి పెట్టాలనుకుంటే, మీ ప్రియమైన వారితో ఎక్కువ సమయం గడపడానికి ప్రయత్నించండి. మీరు మీ ఆరోగ్యం మరియు శ్రేయస్సుపై దృష్టి పెట్టాలనుకుంటే, ఆరోగ్యకరమైన ఆహారాన్ని తినడం, క్రమం తప్పకుండా వ్యాయామం చేయడం మరియు తగినంత నిద్రపోవడం వంటి విషయాలపై దృష్టి పెట్టండి.

మధ్య వయస్సులో అర్థం మరియు లక్ష్యాన్ని కనుగొనడం కష్టమైన పని కావచ్చు, కానీ అది సాధ్యమే. మీరు సమయం తీసుకోవడం మరియు మీరు ఏమి కోరుకుంటున్నారో తెలుసుకోవడం ద్వారా, మీరు మీ జీవితంలో ఒక కొత్త మార్గాన్ని కనుగొనవచ్చు.

వృద్ధులైన తల్లిదండ్రులకు మద్దతు ఇవ్వడం మరియు అంతర్-తరాల సంబంధాలను నావిగేట్ చేయడం

వృద్ధాప్యం అనేది జీవితంలో ఒక సహజ భాగం, కానీ ఇది వ్యక్తులు మరియు వారి కుటుంబాలకు ఒక సవాలుగా ఉండవచ్చు. వృద్ధులైన తల్లిదండ్రులకు మద్దతు ఇవ్వడం మరియు అంతర్-తరాల సంబంధాలను నావిగేట్ చేయడం ఒక సవాలుగా ఉండవచ్చు, కానీ ఇది సాధ్యమే.

వృద్ధులైన తల్లిదండ్రులకు మద్దతు ఇవ్వడానికి కొన్ని చిట్కాలు:

మీ తల్లిదండ్రుల అవసరాలను అర్థం చేసుకోండి. వారు ఏమి అవసరమో తెలుసుకోవడానికి వారితో మాట్లాడండి.

మీ స్వంత అవసరాలను కూడా పరిగణించండి. మీరు మీ తల్లిదండ్రులకు సహాయం చేయడానికి ఇష్టపడతారని మీరు కనుగొన్నా, మీరు మీ స్వంత జీవితాన్ని కూడా నిర్వహించాలి.

సహాయం కోసం అడగడానికి సిద్ధంగా ఉండండి. మీరు మీ తల్లిదండ్రులకు సహాయం చేయడానికి ఒంటరిగా ఉంటే, స్నేహితులు, కుటుంబం లేదా వృత్తిపరమైన సహాయం కోసం అడగడానికి సిద్ధంగా ఉండండి.

అంతర్-తరాల సంబంధాలను నావిగేట్ చేయడానికి కొన్ని చిట్కాలు:

ఓపెన్ మరియు ఒకరినొకరు గౌరవించడం ముఖ్యం. మీరు వేర్వేరు జన్మతరాలకు చెందినవారని గుర్తుంచుకోండి మరియు మీరు భిన్నమైన అభిప్రాయాలు మరియు విలువలను కలిగి ఉండవచ్చు.

- ఒకరినొకరు అర్థం చేసుకోవడానికి ప్రయత్నించండి. మీ తల్లిదండ్రుల జీవితాలను వారి కోణం నుండి చూడండి మరియు మీరు వారిని ఎందుకు అలా చేస్తున్నారో అర్థం చేసుకోవడానికి ప్రయత్నించండి.
- సమయం మరియు ఓపిక కలిగి ఉండండి. అంతర్-తరాల సంబంధాలు సమయం మరియు ఓపిక అవసరమయ్యేవి.

వృద్ధులైన తల్లిదండ్రులకు మద్ధతు ఇవ్వడం మరియు అంతర్-తరాల సంబంధాలను నావిగేట్ చేయడం ఒక సవాలుగా ఉండవచ్చు, కానీ ఇది సాధ్యమే. మీరు మీ తల్లిదండ్రులతో ఒక మంచి సంబంధాన్ని కలిగి ఉండాలనుకుంటే, మీరు కమ్యూనికేషన్, సహకారం మరియు ఓపెన్ మైండ్‌తో పని చేయాలి.

శారీరక మరియు మానసిక ఆరోగ్య మార్పులను నిర్వహించడం

శారీరక మరియు మానసిక ఆరోగ్యం రెండూ మన జీవితంలో ముఖ్యమైన భాగాలు. ఈ రెండు రకాల ఆరోగ్యంలో మార్పులు సంభవించడం సహజం, కానీ అవి మన జీవితంలో గందరగోళాన్ని మరియు సవాలులను కలిగిస్తాయి.

శారీరక ఆరోగ్య మార్పులకు కొన్ని ఉదాహరణలు:

వయస్సుతో వచ్చే మార్పులు, ఉదాహరణకు కండరాల బలం మరియు సమతుల్యత తగ్గడం

వ్యాధి లేదా గాయం నుండి కోలుకోవడం

శస్త్రచికిత్స లేదా చికిత్స యొక్క దుష్ప్రభావాలు

మానసిక ఆరోగ్య మార్పులకు కొన్ని ఉదాహరణలు:

ఒత్తిడి, ఆందోళన లేదా విచారం వంటి భావోద్వేగ మార్పులు

మానసిక వ్యాధి లేదా రుగ్మత

వృద్ధాప్యంతో వచ్చే మార్పులు, ఉదాహరణకు జ్ఞాపకశక్తి మరియు ఏకాగ్రతలో క్షీణత

శారీరక మరియు మానసిక ఆరోగ్య మార్పులను నిర్వహించడానికి కొన్ని చిట్కాలు:

మీ మార్పులను అర్థం చేసుకోండి. మీ శారీరక లేదా మానసిక ఆరోగ్యంలో ఏవైనా మార్పులు గమనించినట్లయితే, వాటి

కారణాన్ని అర్థం చేసుకోవడానికి మీ వైద్యుడిని లేదా మానసిక ఆరోగ్య నిపుణుడిని సంప్రదించండి.

- మీ మార్పులకు సరిపోయే సహాయం పొందండి. మీకు మద్దతు అవసరమైతే, మీ కుటుంబం, స్నేహితులు లేదా వృత్తిపరమైన సహాయం పొందండి.

- మీ ఆరోగ్య సంరక్షణను కొనసాగించండి. మీరు ఏదైనా మందులు తీసుకుంటున్నట్లయితే, వాటిని సూచించిన విధంగా తీసుకోండి. మీరు ఏదైనా కొత్త ఆరోగ్య సంరక్షణ నిర్ణయాలు తీసుకునే ముందు మీ వైద్యుడిని సంప్రదించండి.

- మీ ఆరోగ్యానికి మద్దతు ఇవ్వడానికి ఆరోగ్యకరమైన జీవనశైలిని అనుసరించండి. ఆరోగ్యకరమైన ఆహారం తినండి, క్రమం తప్పకుండా వ్యాయామం చేయండి మరియు తగినంత నిద్రపోండి.

శారీరక మరియు మానసిక ఆరోగ్య మార్పులను నిర్వహించడం కష్టం కావచ్చు, కానీ ఇది సాధ్యమే. మీరు మీ మార్పులను అర్థం చేసుకోవడానికి మరియు మీకు సరైన సహాయం పొందడానికి సమయం తీసుకుంటే, మీరు వాటితో సమర్థవంతంగా వ్యవహరించగలరు.

బలమైన సమాజాలు మరియు సామాజిక నెట్‌వర్క్‌లను నిర్మించడం

బలమైన సమాజాలు మరియు సామాజిక నెట్‌వర్క్‌లు మన జీవితాలలో ప్రధాన పాత్ర పోషిస్తాయి. అవి మనకు మద్దతు, భద్రత మరియు సంబంధాలను అందిస్తాయి. బలమైన సమాజాలు మరియు సామాజిక నెట్‌వర్క్‌లు ఉన్న ప్రదేశాలలో ప్రజలు ఆరోగ్యంగా, సంతోషంగా మరియు సమృద్ధంగా ఉంటారు.

బలమైన సమాజాలు మరియు సామాజిక నెట్‌వర్క్‌లను నిర్మించడానికి కొన్ని మార్గాలు:

సంఘంలో పాల్గొనండి. మీ కుటుంబం, స్నేహితులు మరియు సమకాలీనులతో సమయం గడపండి. మీ స్థానిక సంఘంలో కార్యకలాపాలలో పాల్గొనండి.

ఒకరికొకరు సహాయం చేయండి. మీ సమూహంలోని ఇతరులకు సహాయం చేయడానికి కొంత సమయం లేదా ప్రతిభను ఇవ్వండి.

విభిన్నతను ఆహ్వానించండి. విభిన్న నేపథ్యాలు మరియు అభిప్రాయాలను కలిగిన వ్యక్తులతో కనెక్ట్ అవ్వండి.

సానుకూలంగా ఉండండి. మీ సమూహంలోని ఇతరులకు సానుకూల భావాన్ని కలిగించండి.

బలమైన సమాజాలు మరియు సామాజిక నెట్‌వర్క్‌లను నిర్మించడం ద్వారా, మనం మన జీవితాలను మరింత సంతోషంగా, ఆరోగ్యకరంగా మరియు సమృద్ధంగా చేయగలము. మనం మన సమూహాలను బలోపేతం

చేయడానికి కలిసి పని చేయడం ద్వారా, మనం మన ప్రపంచాన్ని మెరుగుపరచడంలో సహాయపడవచ్చు.

బలమైన సమాజాలకు మరియు సామాజిక నెట్‌వర్క్‌లకు కొన్ని ప్రయోజనాలు:

* ఆరోగ్యం: బలమైన సమాజాలు మరియు సామాజిక నెట్‌వర్క్‌లు ఉన్న ప్రజలు మరింత ఆరోగ్యంగా ఉంటారు. వారు తక్కువ ఒత్తిడిని అనుభవిస్తారు, మరింత శారీరకంగా చురుకైనవారు మరియు తక్కువ మాదకద్రవ్యాలను ఉపయోగిస్తారు.

* సంతోషం: బలమైన సమాజాలు మరియు సామాజిక నెట్‌వర్క్‌లు ఉన్న ప్రజలు మరింత సంతోషంగా ఉంటారు. వారు మరింత సానుకూల భావాలను అనుభవిస్తారు మరియు వారి జీవితాలతో మరింత సంతృప్తి చెందుతారు.

* సమృద్ధి: బలమైన సమాజాలు మరియు సామాజిక నెట్‌వర్క్‌లు ఉన్న ప్రజలు మరింత సమృద్ధంగా ఉంటారు. వారు మరింత విద్య, ఉద్యోగాలు మరియు ఆర్థిక అవకాశాలను కలిగి ఉంటారు.

**బలమైన సమాజాలు మరియు సామాజిక నెట్‌వర్క్‌లను నిర్మించడానికి మనం అందరం కలిసి పని చేయవచ్చు.

వ్యక్తిగత వృద్ధి మరియు జీవితకాల అభ్యాసాన్ని స్వీకరించడం

వ్యక్తిగత వృద్ధి మరియు జీవితకాల అభ్యాసం అనేవి మన జీవితాలను మరింత సంతోషంగా, ఆరోగ్యకరంగా మరియు సమృద్ధంగా చేయడానికి సహాయపడే రెండు ముఖ్యమైన అంశాలు. వ్యక్తిగత వృద్ధి అనేది మనం ఎవరో మరింత బాగా తెలుసుకోవడం మరియు మన సామర్థ్యాలను అభివృద్ధి చేయడం. జీవితకాల అభ్యాసం అనేది మన జీవితాంతం నేర్చుకోవడానికి మరియు మనకు అవసరమైన నైపుణ్యాలు మరియు జ్ఞానాన్ని పొందడానికి కృషి చేయడం.

వ్యక్తిగత వృద్ధిని సాధించడానికి కొన్ని మార్గాలు:

మీ లక్ష్యాలను నిర్వచించండి. మీరు జీవితంలో ఏమి సాధించాలనుకుంటున్నారు? మీ లక్ష్యాలను నిర్వచించడం ద్వారా, మీరు మీ అభివృద్ధిని దృష్టి పెట్టవచ్చు.

మీ బలాలు మరియు బలహీనతలను అర్థం చేసుకోండి. మీరు ఏమి బాగా చేస్తారు? మీరు ఏమి మెరుగుపరచవచ్చు? మీ బలాలు మరియు బలహీనతలను అర్థం చేసుకోవడం ద్వారా, మీరు మీ అభివృద్ధికి సరైన మార్గాన్ని కనుగొనవచ్చు.

మీకు సవాలుగా ఉండే విషయాలను ప్రయత్నించండి. మీకు ఏమి ఆసక్తి ఉందో కనుగొనండి మరియు దానిపై పని చేయండి. మీకు సవాలుగా ఉండే విషయాలను ప్రయత్నించడం ద్వారా, మీరు మీ సామర్థ్యాలను విస్తరించవచ్చు.

జీవితకాల అభ్యాసాన్ని స్వీకరించడానికి కొన్ని మార్గాలు:

- మీకు ఆసక్తి ఉన్న విషయాల గురించి చదవండి. మీకు ఆసక్తి ఉన్న విషయాల గురించి చదవడం ద్వారా, మీరు కొత్త విషయాలను నేర్చుకోవచ్చు మరియు మీ జ్ఞానాన్ని విస్తరించవచ్చు.

- కొత్త నైపుణ్యాలను నేర్చుకోండి. కొత్త నైపుణ్యాలను నేర్చుకోవడం ద్వారా, మీరు మీ కెరీర్ మరియు వ్యక్తిగత జీవితంలో అవకాశాలను పెంచుకోవచ్చు.

- ఇతరుల నుండి నేర్చుకోండి. ఇతరుల నుండి నేర్చుకోవడం ద్వారా, మీరు విభిన్న అభిప్రాయాలు మరియు దృక్పథాలను పొందవచ్చు.

వ్యక్తిగత వృద్ధి మరియు జీవితకాల అభ్యాసం అనేవి మన జీవితాలను మెరుగుపరచడానికి శక్తివంతమైన సాధనాలు. మనం ఈ రెండింటిపై దృష్టి పెడితే, మనం మరింత సంతోషంగా, ఆరోగ్యకరంగా మరియు సమృద్ధంగా ఉండవచ్చు.

Chapter 7: Later Years (65+): Wisdom and Connection in a New Chapter

అధ్యాయం 7: తరువాత సంవత్సరాలు (65+): కొత్త అధ్యాయంలో జ్ఞానం మరియు కనెక్షన్

సామాజిక సంబంధాలను నిర్వహించడం మరియు ఒంటరితనం ఎదుర్కోవడం

సామాజిక సంబంధాలు మానవ జీవితంలో ముఖ్యమైన భాగం. అవి మనకు మద్దతు, భద్రత మరియు సంతోషాన్ని అందిస్తాయి. ఒంటరితనం అనేది సామాజిక సంబంధాల లేకపోవడం లేదా పరిమితం కావడం. ఇది మానసిక మరియు శారీరక ఆరోగ్యంపై ప్రతికూల ప్రభావాన్ని చూపుతుంది.

సామాజిక సంబంధాలను నిర్వహించడానికి కొన్ని మార్గాలు:

మీకు ముఖ్యమైన వ్యక్తులతో సమయం గడపండి. మీ కుటుంబం, స్నేహితులు మరియు ఇతర ప్రియమైన వారితో సమయం గడపడం ద్వారా, మీరు మీ సంబంధాలను బలోపేతం చేయవచ్చు.

కొత్త వ్యక్తులను కలుసుకోండి. కొత్త కార్యకలాపాలలో పాల్గొనడం లేదా మీకు ఆసక్తి ఉన్న కమ్యూనిటీలలో చేరడం ద్వారా, మీరు కొత్త వ్యక్తులను కలుసుకోవచ్చు.

సానుకూలంగా ఉండండి. సానుకూలంగా ఉండటం మీకు మరింత ఆకర్షణీయంగా మరియు ఇతరులతో కనెక్ట్ అవ్వడానికి సహాయపడుతుంది.

ఒంటరితనాన్ని ఎదుర్కోవడానికి కొన్ని మార్గాలు:

- మీ అవసరాలను అర్థం చేసుకోండి. మీరు ఏమి అవసరమో మీరు అర్థం చేసుకోవడం ద్వారా, మీరు మీ ఒంటరితనాన్ని ఎదుర్కోవడానికి సరైన మార్గాలను కనుగొనవచ్చు.

- సహాయం కోసం అడగండి. మీరు ఒంటరిగా ఉన్నట్లు అనిపిస్తే, మీ స్నేహితులు, కుటుంబం లేదా వృత్తిపరమైన సహాయం కోసం అడగడానికి సంకోచించకండి.

- మీకు ఆసక్తి ఉన్న విషయాలపై దృష్టి పెట్టండి. మీకు ఆసక్తి ఉన్న విషయాలపై దృష్టి పెట్టడం ద్వారా, మీరు మీ జీవితంలో ఆనందాన్ని కనుగొనవచ్చు మరియు మీ ఒంటరితనాన్ని మరచిపోవచ్చు.

సామాజిక సంబంధాలు మరియు ఒంటరితనం రెండూ మన జీవితాలపై గణనీయమైన ప్రభావాన్ని చూపుతాయి. మనం సామాజిక సంబంధాలను నిర్వహించడానికి మరియు ఒంటరితనాన్ని ఎదుర్కోవడానికి చర్యలు తీసుకుంటే, మనం మరింత సంతోషంగా, ఆరోగ్యకరంగా మరియు సమృద్ధంగా ఉండవచ్చు.

తరువాత జీవితంలో లక్ష్యం మరియు ఆనందాన్ని కనుగొనడం

తరువాత జీవితం అనేది ఒక కొత్త దశ, ఇది అనేక మార్పులతో వస్తుంది. చాలా మంది తమ ఉద్యోగాలను విరమించుకుంటారు, వారి పిల్లలు ఇంటి నుండి వెళ్లిపోతారు, మరియు వారి ఆరోగ్యం మారుతుంది. ఈ మార్పులతో పాటు, తరువాత జీవితంలో లక్ష్యం మరియు ఆనందాన్ని కనుగొనడం కష్టంగా ఉంటుంది.

తరువాత జీవితంలో లక్ష్యం మరియు ఆనందాన్ని కనుగొనడానికి కొన్ని మార్గాలు:

- మీ అవసరాలను అర్థం చేసుకోండి. మీరు ఏమి కోరుకుంటున్నారు? మీరు జీవితంలో ఏమి చేయాలనుకుంటున్నారు? మీ అవసరాలను అర్థం చేసుకోవడం ద్వారా, మీరు మీ లక్ష్యాలను నిర్వచించడానికి మరియు వాటిని సాధించడానికి ప్రణాళికలు రూపొందించడానికి ప్రారంభించవచ్చు.

- మీకు ఆసక్తి ఉన్న విషయాలపై దృష్టి పెట్టండి. మీకు ఏమి ఆసక్తి ఉందో కనుగొనండి మరియు ఆ ఆసక్తులను అనుసరించండి. మీకు ఆసక్తి ఉన్న విషయాలపై దృష్టి పెట్టడం ద్వారా, మీరు మీ జీవితంలో ఆనందాన్ని కనుగొనవచ్చు.

- కొత్త విషయాలను నేర్చుకోండి. కొత్త నైపుణ్యాలను నేర్చుకోవడం ద్వారా, మీరు మీ మెదడును ఉత్తేజపరచవచ్చు మరియు మీ జీవితాన్ని మరింత ఉత్తేజకరంగా మార్చవచ్చు.

- సామాజికంగా చురుకుగా ఉండండి. ఇతరులతో కనెక్ట్ అవ్వడం ద్వారా, మీరు మద్దతు మరియు సంబంధాలను

పొందవచ్చు. సామాజికంగా చురుకుగా ఉండటం ద్వారా, మీరు మరింత సంతోషంగా మరియు ఆరోగ్యంగా ఉండవచ్చు.

తరువాత జీవితంలో లక్ష్యం మరియు ఆనందాన్ని కనుగొనడం సమయం మరియు కృషి పడుతుంది. కానీ మీరు మీ అవసరాలను అర్థం చేసుకోవడానికి, మీకు ఆసక్తి ఉన్న విషయాలపై దృష్టి పెట్టడానికి, కొత్త విషయాలను నేర్చుకోవడానికి మరియు సామాజికంగా చురుకుగా ఉండటానికి ప్రయత్నిస్తే, మీరు మీ జీవితంలో ఆనందం మరియు అర్థాన్ని కనుగొనవచ్చు.

దీర్ఘకాలిక ఆరోగ్య పరిస్థితులు మరియు భావోద్వేగ మనస్సు సుఖసంపత్తాను నిర్వహించడం

దీర్ఘకాలిక ఆరోగ్య పరిస్థితులు అనేవి జీవితంలో ఎక్కువ కాలం పాటు కొనసాగే వ్యాధులు. ఈ పరిస్థితులు శారీరక మరియు భావోద్వేగ ఆరోగ్యంపై గణనీయమైన ప్రభావాన్ని చూపుతాయి.

దీర్ఘకాలిక ఆరోగ్య పరిస్థితులు ఉన్న వ్యక్తులు తరచుగా భావోద్వేగ సవాళ్లను ఎదుర్కొంటారు. వారు ఒత్తిడి, ఆందోళన, విచారం మరియు కోపం వంటి భావోద్వేగాలను అనుభవించవచ్చు. ఈ భావోద్వేగాలు మనస్సు సుఖసంపత్తికి హానికరం కావచ్చు.

దీర్ఘకాలిక ఆరోగ్య పరిస్థితులు మరియు భావోద్వేగ మనస్సు సుఖసంపత్తాను నిర్వహించడానికి కొన్ని మార్గాలు:

మీ అవసరాలను అర్థం చేసుకోండి. మీరు ఏమి అవసరమో మీరు అర్థం చేసుకోవడం ద్వారా, మీరు మీ భావోద్వేగాలను ఎదుర్కోవడానికి మరియు మీ మనస్సు సుఖసంపత్తికి మద్దతు ఇవ్వడానికి సరైన వనరులను కనుగొనవచ్చు.

సహాయం కోసం అడగండి. మీరు ఒంటరిగా పోరాడటం కష్టంగా ఉంటే, మీ కుటుంబం, స్నేహితులు లేదా వృత్తిపరమైన సహాయం కోసం అడగడానికి సంకోచించకండి.

ఆరోగ్యకరమైన జీవనశైలిని అనుసరించండి. ఆరోగ్యకరమైన ఆహారం తినడం, క్రమం తప్పకుండా వ్యాయామం చేయడం మరియు తగినంత నిద్ర పొందడం వంటి ఆరోగ్యకరమైన జీవనశైలి మీ శారీరక మరియు భావోద్వేగ ఆరోగ్యాన్ని మెరుగుపరచడంలో సహాయపడుతుంది.

- మీరు ఆనందించే విషయాలపై దృష్టి పెట్టండి. మీరు ఆనందించే విషయాలపై దృష్టి పెట్టడం వల్ల మీరు మీ భావోద్వేగాలను నియంత్రించడంలో మరియు మీ మనస్సు సుఖసంపత్తికి దోహదపడేలా చేయడంలో సహాయపడుతుంది.

దీర్ఘకాలిక ఆరోగ్య పరిస్థితులు ఉన్న వ్యక్తులు భావోద్వేగ సవాళ్లను ఎదుర్కోవడం సహజం. కానీ మీరు మీ అవసరాలను అర్థం చేసుకోవడానికి, మీకు సహాయం కోసం అడగడానికి, ఆరోగ్యకరమైన జీవనశైలిని అనుసరించడానికి మరియు మీరు ఆనందించే విషయాలపై దృష్టి పెట్టడానికి కృషి చేస్తే, మీరు మీ భావోద్వేగ మనస్సు సుఖసంపత్తిని నిర్వహించగలరు.

మనుమలతనం మరియు అంతర్-తరాల సంబంధాలు

మనుమలతనం అనేది పెద్దలు మరియు వారి మనుమల మధ్య ఉన్న సంబంధం. ఇది ఒక ప్రత్యేకమైన సంబంధం, ఇది ప్రేమ, మద్దతు మరియు నేర్చుకోవడం యొక్క భావాలను కలిగి ఉంటుంది.

అంతర్-తరాల సంబంధాలు అనేవి వివిధ తరాల వ్యక్తుల మధ్య ఉన్న సంబంధాలు. ఇవి కుటుంబంలోని సంబంధాలతో పాటు స్నేహం, గురువు-విద్యార్థి, లేదా శిష్యుడు-గురువు వంటి ఇతర సంబంధాలను కలిగి ఉంటాయి.

మనుమలతనం మరియు అంతర్-తరాల సంబంధాలు రెండూ సానుకూల ప్రభావాలను కలిగి ఉంటాయి. అవి:

మద్దతు మరియు సహాయాన్ని అందిస్తాయి. పెద్దలు మరియు వారి మనుమల మధ్య ఉన్న సంబంధం ఒకరినొకరు మద్దతు ఇవ్వడానికి మరియు సహాయం చేయడానికి ఒక మార్గాన్ని అందిస్తుంది. పెద్దలు వారి మనుమలకు శిక్షణ మరియు మార్గదర్శకత్వాన్ని అందించవచ్చు, మనుమలు పెద్దలకు సంతోషం మరియు సంబంధాలను అందించవచ్చు.

నేర్చుకోవడం మరియు పెరుగుదలను ప్రోత్సహిస్తాయి. పెద్దలు మరియు వారి మనుమల మధ్య ఉన్న సంబంధం ఒకరినొకరు నుండి నేర్చుకోవడానికి మరియు పెరగడానికి ఒక మార్గాన్ని అందిస్తుంది. పెద్దలు తమ మనుమల నుండి ఆధునిక ప్రపంచం గురించి నేర్చుకోవచ్చు, మనుమలు పెద్దల నుండి జీవితం గురించి నేర్చుకోవచ్చు.

- సమాజాన్ని బలోపేతం చేస్తాయి. మనుమలతనం మరియు అంతర్-తరాల సంబంధాలు సమాజాన్ని బలోపేతం చేయడంలో సహాయపడతాయి. అవి వ్యక్తుల మధ్య అనుబంధాలు మరియు అర్థాన్ని పెంచడంలో సహాయపడతాయి.

మనుమలతనం మరియు అంతర్-తరాల సంబంధాలు చాలా విలువైనవి. అవి మన జీవితాలను సంతోషం, సంపూర్ణత మరియు అర్థంతో నింపుతాయి.

మనుమలతనం మరియు అంతర్-తరాల సంబంధాలను బలోపేతం చేయడానికి కొన్ని మార్గాలు:

- సమయం గడపండి. మీ మనుమలతో లేదా ఇతర తరాల వ్యక్తులతో సమయం గడపడానికి ప్రయత్నించండి. కలిసి ఆటలు ఆడండి, మాట్లాడండి, లేదా కేవలం కలిసి ఉండండి.
- ఆసక్తిని చూపించండి. మీ మనుమల లేదా ఇతర తరాల వ్యక్తుల ఆసక్తులను గురించి ఆసక్తి చూపండి.

ఒక వారసత్వం వదిలిపెట్టడం మరియు అర్థవంతమైన జీవితాన్ని గడపడం

ఒక వారసత్వం వదిలిపెట్టడం అనేది మన జీవితాలలో ఒక ముఖ్యమైన లక్ష్యం. మనం చేసిన పనులు మరియు మనం పరిచయం చేసిన మార్పులు తరువాత జనరేషన్లకు స్ఫూర్తినిచ్చి మరియు వారి జీవితాలను మెరుగుపరచగలవని మనం కోరుకుంటాము.

అర్థవంతమైన జీవితాన్ని గడపడం అంటే మన జీవితాలకు ఒక లక్ష్యం మరియు ప్రయోజనం ఉందని అనుభూతి చెందడం. మనం ఏదైనా సానుకూలమైనది చేస్తున్నామని మరియు మన జీవితాలు ఒక భిన్నాన్ని చేస్తున్నాయని మనం భావించాలనుకుంటాము.

ఒక వారసత్వం వదిలిపెట్టడం మరియు అర్థవంతమైన జీవితాన్ని గడపడం అనేవి ఒకదానికొకటి సంబంధం ఉన్నవి. మనం మన జీవితాలకు ఒక లక్ష్యం మరియు ప్రయోజనం కనుగొంటే, మనం ఒక వారసత్వాన్ని వదిలిపెట్టే అవకాశం ఎక్కువగా ఉంటుంది. మనం ఇతరుల జీవితాలపై సానుకూల ప్రభావాన్ని చూపుతున్నామని మనం భావిస్తే, మనం అర్థవంతమైన జీవితాన్ని గడుపుతున్నట్లు మనం భావిస్తాము.

ఒక వారసత్వాన్ని వదిలిపెట్టడానికి మరియు అర్థవంతమైన జీవితాన్ని గడపడానికి కొన్ని మార్గాలు:

- మీకు ముఖ్యమైన విషయాల కోసం పని చేయండి. మీకు ఏది ముఖ్యమో మరియు మీరు ఈ ప్రపంచంలో మార్పు తీసుకురావాలనుకుంటున్నదేమో ఆలోచించండి. మీ ఆశయాలను సాధించడానికి కృషి చేయండి.

- ఇతరులను సహాయం చేయండి. మీ సమయాన్ని, నైపుణ్యాలను లేదా వనరులను ఇతరులకు ఇవ్వడం ద్వారా, మీరు ప్రపంచంపై సానుకూల ప్రభావాన్ని చూపుతారు.

- మీ జీవితం గురించి ఆలోచించండి. మీరు మీ జీవితంలో ఏమి సాధించాలనుకుంటున్నారు? మీరు మీ జీవితాన్ని ఎలా గుర్తుంచుకోవాలనుకుంటున్నారు? మీ జీవితాన్ని మరింత అర్థవంతంగా మార్చడానికి మీరు ఏమి చేయగలరో ఆలోచించండి.

ఒక వారసత్వం వదిలిపెట్టడం మరియు అర్థవంతమైన జీవితాన్ని గడపడం సులభం కాదు. కానీ ఇది ఖచ్చితంగా సాధ్యమే. మీరు మీ జీవితానికి ఒక లక్ష్యం మరియు ప్రయోజనం కనుగొనడానికి మరియు ఇతరుల జీవితాలపై సానుకూల ప్రభావాన్ని చూపడానికి కృషి చేస్తే, మీరు ఒక వారసత్వాన్ని వదిలిపెట్టగలరు మరియు మీ జీవితాన్ని అర్థవంతంగా గడపగలరు.

Chapter 8: Thriving Together in Action

అధ్యాయం 8: కలిసి వృద్ధి చెందడం చర్యలో

అన్ని వయస్సుల వారిలో SEL నైపుణ్యాలను పెంపొందించడానికి ఆచరణాత్మక చిట్కాలు మరియు వ్యూహాలు

SEL అనేది సామాజిక మరియు భావోద్వేగ నైపుణ్యాలకు సంక్షిప్తీకరణ. SEL నైపుణ్యాలు వ్యక్తులు ఇతరులతో సానుకూల సంబంధాలను ఏర్పరచుకోవడానికి, వారి భావోద్వేగాలను నిర్వహించడానికి మరియు వారి లక్ష్యాలను సాధించడానికి అవసరం.

SEL నైపుణ్యాలను అన్ని వయస్సుల వ్యక్తులు పెంపొందించవచ్చు. ఈ చిట్కాలు మరియు వ్యూహాలు మీకు మరియు మీకు తెలిసిన వ్యక్తులకు SEL నైపుణ్యాలను పెంపొందించడంలో సహాయపడతాయి.

చిన్న పిల్లలలో SEL నైపుణ్యాలను పెంపొందించడానికి:

పిల్లలకు వారి భావోద్వేగాల గురించి తెలుసుకోవడానికి సహాయపడండి. వారికి వారి భావోద్వేగాలను గుర్తించడానికి మరియు వ్యక్తపరచడానికి సహాయం చేయండి.

పిల్లలకు ఇతరుల భావోద్వేగాలను అర్థం చేసుకోవడానికి సహాయపడండి. ఇతరుల భావోద్వేగాలను గుర్తించడానికి మరియు ప్రతిస్పందించడానికి వారికి సహాయం చేయండి.

- పిల్లలకు సహకారం మరియు పరస్పర సహాయం యొక్క ప్రాముఖ్యతను నేర్పండి. ఇతరులతో పనిచేయడం మరియు ఇతరులకు సహాయం చేయడం యొక్క ప్రాముఖ్యతను వారికి నేర్పండి.

పెద్ద పిల్లలలో SEL నైపుణ్యాలను పెంపొందించడానికి:

- పిల్లలకు సానుకూల సమస్య పరిష్కారం యొక్క నైపుణ్యాలను నేర్పండి. విభేదాలను పరిష్కరించడానికి మరియు సమస్యలను పరిష్కరించడానికి సహాయపడే నైపుణ్యాలను వారికి నేర్పండి.

- పిల్లలకు స్వీయ-నియంత్రణ మరియు నిరాశను నిర్వహించే నైపుణ్యాలను నేర్పండి. వారి భావోద్వేగాలను నియంత్రించడానికి మరియు నిరాశను ఎదుర్కోవడానికి సహాయపడే నైపుణ్యాలను వారికి నేర్పండి.

- పిల్లలకు లక్ష్యాలను సెట్ చేయడానికి మరియు వాటిని సాధించడానికి సహాయపడండి. వారి లక్ష్యాలను సెట్ చేయడానికి మరియు వాటిని సాధించడానికి సహాయపడే నైపుణ్యాలను వారికి నేర్పండి.

పెద్దలలో SEL నైపుణ్యాలను పెంపొందించడానికి:

- మీ భావోద్వేగాల గురించి మరింత తెలుసుకోవడానికి సమయం కేటాయించండి.

వ్యక్తులు, కుటుంబాలు మరియు సమాజాల కోసం వనరులు మరియు సాధనాలు

వ్యక్తులు, కుటుంబాలు మరియు సమాజాలు వివిధ రకాల వనరులను మరియు సాధనాలను ఉపయోగించుకోవచ్చు. ఈ వనరులు మరియు సాధనాలు వ్యక్తులకు మరియు సంఘాలకు వివిధ రకాల సహాయాన్ని అందించగలవు.

వ్యక్తుల కోసం వనరులు మరియు సాధనాలు

వ్యక్తుల కోసం అనేక రకాల వనరులు మరియు సాధనాలు అందుబాటులో ఉన్నాయి. ఈ వనరులు వ్యక్తులకు వివిధ రకాల సహాయాన్ని అందించగలవు, వీటిలో:

ఆర్థిక సహాయం: వ్యక్తులు ఆర్థిక సమస్యలను ఎదుర్కొంటున్నప్పుడు ఆర్థిక సహాయం అవసరం కావచ్చు. ఈ సహాయం వ్యక్తిగత దాతలు, ప్రభుత్వం లేదా స్వచ్ఛంద సంస్థల నుండి వస్తుంది.

ఆరోగ్య సంరక్షణ సహాయం: వ్యక్తులు ఆరోగ్య సమస్యలను ఎదుర్కొంటున్నప్పుడు ఆరోగ్య సంరక్షణ సహాయం అవసరం కావచ్చు. ఈ సహాయం ప్రభుత్వం, వ్యక్తిగత దాతలు లేదా స్వచ్ఛంద సంస్థల నుండి వస్తుంది.

విద్యా సహాయం: వ్యక్తులు విద్య పొందడానికి సహాయం అవసరం కావచ్చు. ఈ సహాయం ప్రభుత్వం, వ్యక్తిగత దాతలు లేదా స్వచ్ఛంద సంస్థల నుండి వస్తుంది.

వృత్తిపరమైన సహాయం: వ్యక్తులు వృత్తిపరమైన సహాయం అవసరం కావచ్చు. ఈ సహాయం ప్రభుత్వం, వ్యక్తిగత దాతలు లేదా స్వచ్ఛంద సంస్థల నుండి వస్తుంది.

- వ్యక్తిగత సహాయం: వ్యక్తులు మానసిక ఆరోగ్య సమస్యలు లేదా ఇతర వ్యక్తిగత సమస్యలను ఎదుర్కొంటున్నప్పుడు వ్యక్తిగత సహాయం అవసరం కావచ్చు. ఈ సహాయం వ్యక్తిగత దాతలు, ప్రభుత్వం లేదా స్వచ్ఛంద సంస్థల నుండి వస్తుంది.

వ్యక్తులు వనరులను మరియు సాధనాలను కనుగొనడానికి వివిధ మార్గాలు ఉన్నాయి. కొన్ని ప్రధాన మార్గాలు:

- ఆన్‌లైన్‌లో శోధన చేయండి: వ్యక్తులు ఆన్‌లైన్‌లో వనరులను మరియు సాధనాల కోసం అనేక వెబ్‌సైట్లు మరియు డేటాబేస్‌లను కనుగొనవచ్చు.
- స్థానిక ప్రభుత్వం లేదా స్వచ్ఛంద సంస్థలను సంప్రదించండి: స్థానిక ప్రభుత్వం లేదా స్వచ్ఛంద సంస్థలు వ్యక్తులకు వనరులను మరియు సాధనాల గురించి సమాచారాన్ని అందించగలవు.

పాఠశాలలు, పని ప్రదేశాలు మరియు అంతకు మించి SEL సంస్కృతిని నిర్మించడం

SEL అనేది సామాజిక మరియు భావోద్వేగ నైపుణ్యాలకు సంక్షిప్తీకరణ. SEL నైపుణ్యాలు వ్యక్తులు ఇతరులతో సానుకూల సంబంధాలను ఏర్పరచుకోవడానికి, వారి భావోద్వేగాలను నిర్వహించడానికి మరియు వారి లక్ష్యాలను సాధించడానికి అవసరం.

SEL సంస్కృతి అనేది ఒక సంస్థ లేదా సంఘంలో SEL నైపుణ్యాలను అభివృద్ధి చేయడానికి మరియు ప్రోత్సహించడానికి కట్టుబడి ఉన్న వాతావరణం. SEL సంస్కృతిని నిర్మించడం ద్వారా, మనం మరింత సానుకూల మరియు సహకారపూర్వక సమాజాలను సృష్టించగలము.

పాఠశాలల్లో SEL సంస్కృతిని నిర్మించడానికి కొన్ని మార్గాలు:

- SEL నైపుణ్యాలను విద్యా కార్యక్రమంలో అంతర్భాగం చేయండి. SEL నైపుణ్యాలను నేర్పడానికి మరియు అభివృద్ధి చేయడానికి ఉద్దేశించిన వివిధ రకాల పాఠాలు మరియు కార్యకలాపాలను అభివృద్ధి చేయండి.
- SEL నైపుణ్యాలను ఉపాధ్యాయులకు మరియు సిబ్బందికి శిక్షణ ఇవ్వండి. SEL నైపుణ్యాలను నేర్పడానికి మరియు అభివృద్ధి చేయడానికి ఉపాధ్యాయులు మరియు సిబ్బంది అర్హులై ఉండాలి.
- SEL నైపుణ్యాలను ప్రోత్సహించడానికి పాఠశాల సంస్కృతిని సృష్టించండి. SEL నైపుణ్యాలను ప్రోత్సహించే కార్యకలాపాలు మరియు విధానాలను ప్రోత్సహించండి.

పని ప్రదేశాల్లో SEL సంస్కృతిని నిర్మించడానికి కొన్ని మార్గాలు:

- SEL నైపుణ్యాలను శిక్షణ మరియు అభివృద్ధి ప్రోగ్రామ్లలో అంతర్భాగం చేయండి. SEL నైపుణ్యాలను నేర్చుకోవడానికి మరియు అభివృద్ధి చేయడానికి ఉద్యోగులకు అవకాశాలను అందించండి.

- SEL నైపుణ్యాలను ప్రోత్సహించడానికి పని ప్రదేశ సంస్కృతిని సృష్టించండి. SEL నైపుణ్యాలను ప్రోత్సహించే కార్యకలాపాలు మరియు విధానాలను ప్రోత్సహించండి.

SEL సంస్కృతిని నిర్మించడానికి ఇతర మార్గాలు:

- SEL నైపుణ్యాల గురించి ప్రజలకు అవగాహన కల్పించండి. SEL నైపుణ్యాల ప్రాముఖ్యత గురించి ప్రజలకు అవగాహన కల్పించడానికి ప్రచారాన్ని నిర్వహించండి.

- SEL నైపుణ్యాలను అభివృద్ధి చేయడానికి కమ్యూనిటీ వనరులను అందించండి. SEL నైపుణ్యాలను నేర్చుకోవడానికి మరియు అభివృద్ధి చేయడానికి ప్రజలకు అవకాశాలను అందించండి.

కనెక్షన్ మరియు సానుభూతి ద్వారా వృద్ధి చెందే ప్రపంచాన్ని సృష్టించడం

కనెక్షన్ మరియు సానుభూతి రెండూ మానవ అవసరాలు. మనం ఇతరులతో కనెక్ట్ అవ్వడానికి మరియు వారి భావోద్వేగాలను అర్థం చేసుకోవడానికి కోరుకుంటాము. కనెక్షన్ మరియు సానుభూతి ద్వారా, మనం మరింత సంపూర్ణ మరియు సంతృప్తికరమైన జీవితాలను గడపగలము. మనం మరింత సానుకూల మరియు సహకారపూర్వక సమాజాలను కూడా సృష్టించగలము.

కనెక్షన్ యొక్క ప్రాముఖ్యత

కనెక్షన్ మన మానసిక మరియు శారీరక ఆరోగ్యానికి ముఖ్యం. ఇది మనకు భద్రత మరియు సహాయాన్ని అందిస్తుంది. ఇది మనకు స్నేహం, ప్రేమ మరియు సంబంధాలను అందిస్తుంది. కనెక్షన్ లేనప్పుడు, మనం ఒంటరిగా, వివిక్తంగా మరియు నిరాశ చెందుతాము.

సానుభూతి యొక్క ప్రాముఖ్యత

సానుభూతి అనేది ఇతరుల భావోద్వేగాలను అర్థం చేసుకోగల సామర్థ్యం. ఇది మనకు మరింత సహానుకూల మరియు సానుభూతిగల వ్యక్తులుగా మారడానికి సహాయపడుతుంది. ఇది మనకు మరింత సహకారపూర్వక మరియు సహృదయపూర్వక సమాజాలను సృష్టించడంలో సహాయపడుతుంది.

కనెక్షన్ మరియు సానుభూతిని ప్రోత్సహించడానికి మార్గాలు

కనెక్షన్ మరియు సానుభూతిని ప్రోత్సహించడానికి అనేక మార్గాలు ఉన్నాయి. ఇక్కడ కొన్ని ఆలోచనలు ఉన్నాయి:

- సమయం కేటాయించండి. మీకు ముఖ్యమైన వ్యక్తులతో సమయం గడపండి. వారితో మాట్లాడండి, వారితో గడుపుతారు మరియు వారి భావోద్వేగాలను అర్థం చేసుకోవడానికి ప్రయత్నించండి.
- సానుకూలంగా ఉండండి. మీ చుట్టూ ఉన్న ప్రపంచంలోని మంచి విషయాలను గమనించండి. ఇతరులకు సానుకూలంగా ఉండటానికి ప్రయత్నించండి.
- సహాయం చేయండి. ఇతరులకు సహాయం చేయడం మీరు మరియు మీ సమాజానికి సానుకూల ప్రభావాన్ని చూపుతుంది.

కనెక్షన్ మరియు సానుభూతి ద్వారా మనం మరింత సానుకూల మరియు సహకారపూర్వక ప్రపంచాన్ని సృష్టించగలము. మనం అందరం మన వంతు కృషి చేయడం ద్వారా, మనం మరింత సంపూర్ణమైన మరియు సంతృప్తికరమైన జీవితాలను గడపడానికి మరియు మన సమాజాలను మెరుగుపరచడానికి సహాయపడవచ్చు.

www.ingramcontent.com/pod-product-compliance
Lightning Source LLC
LaVergne TN
LVHW051958060526
838201LV00059B/3721
* 9 7 9 8 8 6 9 1 2 2 6 4 3 *